'आठ अध्यात्मिक श्वसन प्रकार' याबद्दल वाचक आणि साधक यांची मनोगत आणि अभिप्राय

"आठ अध्यात्मिक श्वसन प्रकार (The Eight Spiritual Breaths – TESB) ही जीवनाने मला दिलेली एक अत्यंत मौल्यवान अशी देणगी आहे – दररोज या श्वसन प्रकारांचा सराव करणे हे माझ्यासाठी आनंददायी व नाविन्यपूर्ण असे क्षण असल्यासारखे वाटते. या शक्तिचा मला येणारा अनुभव हळूवार, सावकाश, सुरक्षित आणि सुखद आहेत – माझा आत्मविश्वास हळूहळू वाढू लागला आहे – माझी उपजत बुध्दी उच्च पातळीवर पोहचली आहे. माझ्या विचारांची स्पष्टता वाढू लागली आहे – आत्ताच याची मला जाणवी आली आणि मी अत्यंत आभारपूर्वक व नम्रपणे सांगते कि ह्या उद्दीष्टांची थोडीशी झलक मी अनुभवू शकते."

– नंदीनी मुरली, कम्युनिकेशनस् प्रोफेशनल, लेखिका, मदुराई

"दोन वर्षांपासून मी TESB चा सराव चालू केला. आणि हाच माझ्या शक्तिचा संरक्षक आहे, असे मला वाटू लागले. मी एक 'सायकोथेरपिस्ट' मानसोपचारतज्ञ असल्याकारणाने मला बरीच मेहनत करावी लागते आणि निःशंकपणे मी असे सांगू शकते कि मी स्पष्ट, उत्साही असण्यामागे TESB चा मोठा वाटा आहे."

– ॲलीसीया टोरस्, मानसोपचार तज्ञ, व्हेनेझुएला

"मी पूर्णपणे उध्वस्त मनःस्थितीत TESB कडे वळलो. माझे आयुष्य मी अत्यंत बेशिस्तपणे जगत होतो. फक्त TESB ही माझ्या दररोजच्या आयुष्यातील एकच गोष्ट स्थीर होती आणि मला परत आयुष्यांतील स्थिरस्थावर होण्यात बोटीच्या नांगराप्रमाणे उपयोगी पडली. दुसऱ्या गोष्टी सुधारत होत्या. माझ्या चक्काचूर झालेल्या अवस्थेपासून मी आता हळूहळू परत पूर्णपणे सुधारत आहे."

– इंद्रदीप घोष, अध्यापक पी.एच्.डी. अर्थशास्त्रीय प्रोफेसर, मुंबई

"मी साधारण गेल्या दोन वर्षांपासून TESB चा सराव करत आहे. याचा मोठा फायदा म्हणजे मला पूर्वीपेक्षा माझ्या जीवनात जास्त आनंद व उत्साह जाणवू लागला. याचा माझ्या जीवनावर जो मोठा परिणाम झाला तो म्हणजे मी पूर्वीपेक्षा जास्त आनंदी व उत्साही झाले आहे. पूर्वी मला होणारा जुनाट सर्दीचा त्रास नाहीसा झाला. श्वसनप्रक्रियेमुळे माझ्यात बदल घडले – त्यातील काही स्पष्टपणे जाणवतात आणि काही सूक्ष्म आहेत. थोडक्यात या श्वसनप्रकारामुळे आनंद, स्पष्टता, बरोबरच माझी प्रकृति व माझे जीवन सुधारले."

– दिव्या तलवार, कलाकार, अमेरिका

"TESB म्हणजे श्री अरबिंदो यांच्या "Integral Yoga" याचा व्यवहारात केलेला उपयोग जो पवित्र शरीरातील दैवी जीवनाकडे जाण्याचा मार्ग आहे. ज्यांना जाणीवेच्या उच्च पातळी गाठावयाची आहे व अतीश्रेष्ठ अशा दिव्य प्रकाशाचा अनुभव घ्यावयाचा आहे त्यांना हा मार्ग अतिशय उपयोगी होईल."

– रामस्वामी सुब्रमण्यम, लेखक इंग्लीश विभागाचे प्रमुख
दि मदुरा कॉलेज (स्वायंत्त) मदुराई

"वैदिक तत्त्वज्ञानाप्रमाणे कर्मामुळे होणाऱ्या दोषांचे निवारण करण्यासाठी हे पुस्तक एखाद्याला मार्गदर्शक असून त्यामुळे एकादी व्यक्ति स्वतःचे खरे स्वरूप जाणू शकते. हे एक संक्षिप्त व लहान पुस्तक योग शिकणाऱ्या शहरी लोकांना उपयोगी आहे."

– कौस्तव नाग, केमिकल इंजिनीयर, कायद्याचा विद्यार्थी

"TESB हे व्यायाम प्रकार माझे फक्त मार्ग नियंत्रक नसून ते मला पुढे घेऊन जाणारेहि आहेत. त्यांच्या परिणामांची व्याप्ती माझ्या फक्त शारीरिक तुन्दुरुस्तीत नसून भावनिक, बौध्दिक व अध्यात्मिक पातळीत वाढ होण्यापर्यंत आहे. मला असे वाटते कि TESB श्वसन प्रकारांचा सराव करण्यामुळे माझी जीवनशैली बदलून गेली आहे. मी त्या श्वसन प्रकाराचे आभार मानतो."

– आमंदा नूप, हटयोग शिक्षक, यू. के.

"TESB श्वसन प्रकारामुळे माझी कृतज्ञतेची समज व माझी शिस्त प्रियता वाढली आहे."

– लावण्या सुब्रम्हण्यम, बॉसटन, अमेरिका

"माझ्या विचारांची तीव्र जाणीव, त्याला मिळणारा प्रतिसाद आणि बदलणारी आजूबाजूची परिस्थिती हे माझ्या TESB च्या सरावाचे दृष्य स्वरूप आहे. वर्णन न करता येण्यासारखा हलकेपणा आणि आनंद मला जाणवू लागला. ते सर्व वर्षभर मी करत असलेल्या सरावाचेच परिणाम आहेत. एकाग्रता करण्याची माझी क्षमता त्यातही सुधारणा झाली आहे, ज्यामुळे उत्पन्नात वाढ झाली आहे. TESB ही माझ्या जीवनात बदल घडवणारी गोष्ट आहे."

– अमीता तलवार, फोटोग्राफर/कलाकार आर्ट ऑफ कॉन्शेस्ची संस्थापक, हैद्राबाद

"गेली दीड वर्षापासून मी TESB श्वसनाच्या व्यायाम प्रकारांचा, एक दिवसहि खंड न पडता, सराव करत आहे. आणि त्यामुळे माझे सर्व जीवनच बदलून गेले आहे. आणि मनापासून सांगायचे तर मला जीवनातील बऱ्याच गुढ गोष्टींचा स्पष्टपणे उमज पडू लागला. ऐहिक गोष्टींची इच्छा कमी होऊनही जीवनातील घडणाऱ्या गोष्टींची समज वाढली. सर्वात मोठा फायदा माझा 'मीपणा' कमी होऊन मुख्य शक्तिच्या प्रभावाची जाणीव दिवसेंदिवस वाढत गेली. श्री गुरु रोहित आर्य, संतोषजी, त्यांचे कुटुंब आणि महादेव याचे मी आभार मानते."

– अमी देसाई, आय.टी. तज्ञ अमेरिका

"TESB श्वसन प्रकार हा, मी ज्याचा आयुष्यात शोध घेत होते असा एक हरवलेला दुवा आहे. माझ्या अध्यात्मिक जीवनाची गुरुकिल्ली आता पूर्णपणे माझ्या हातात आहे. ह्या श्वसन प्रकाराने माझे शरीर हळूहळू शक्तिशाली बनत आहे. व त्याचबरोबरच्या बोधवचनामुळे मी बलवान बनत आहे. हा अभ्यासक्रम ही आपल्याला मिळालेली एक देणगी आहे. जसजसा मी TESB श्वसन प्रकारांचा अभ्यास करते तसतशा मला नवनवीन वाटा दिसू लागल्या आणि प्रकाशमय अशा जाणीवपूर्वक जीवनाकडे माझी वाटचाल होऊ लागते. असे सांगितले जाते कि जेव्हा शिष्य तयार होतो त्यावेळी गुरु प्रकट होतात. हे म्हणणे माझ्या बाबतीत अगदी तंतोतंत खरे ठरले आहे."

– क्रिस्तीना कुरेशी, आरोग्य सल्लागार, ऑस्ट्रेलिया

"दिव्यदृष्टी असलेल्या संतोष मा यांनी TESB श्वसन प्रकारात जी माहिती दिली आहे आणि त्यांना दिसलेली दृष्ये ही इतकी दैवी आहेत कि अनेक जन्मांच्या तपश्चर्येचे ते फळ आहे. या त्यांच्या मार्गदर्शनाबद्दल आम्ही त्यांचे मनापासून आभार मानतो.

"या अभ्यासक्रमामुळे आमची झपाट्याने प्रगति होत आहे. बऱ्याच वर्षांच्या प्रयत्नानंतर सरतेशेवटी सत्याचा शोध घेण्याचा मार्ग आम्हाला सापडला. कोठे प्रारंभ करावा आणि कोठे थांबावे हे उमगणेहि कठीण होते! ज्या ज्या वेळी आम्ही हे पुस्तक वाचतो प्रत्येकवेळी आम्हाला त्याचा नवीन अर्थ जाणवतो. हे पुस्तक एखाद्या सामान्य व्यक्तिने लिहीले नसून वैचारिक मनात गुंतून न राहाणाऱ्या सिध्द व्यक्तिने लिहिलेले आहे याची खात्री पटते."

– रमेश आणि शोभा वेणुगोपाल, उद्योगपती, अटलांटा, अमेरिका

"या श्वसनाच्या व्यायामामुळे माझा उत्साह वाढला. माझी काम करण्याची क्षमता आणि रोगप्रतिकारक शक्तितहि वाढ झाली आणि माझ्या सरावाच्या दिवसांत मी अजीबात आजारी पडलो नाही. शक्तिशाली बोधवचने ही नुसती मोठमोठ्यांनी म्हणावयाची नसून त्यावर विश्वास ठेवून त्याप्रमाणे दररोजच्या व्यवहारात आचरणात आणणे जरूरीचे आहे. ह्याची मला खात्री पटली. वर्षांनुवर्षे मी जरूर नसताना मी वाहत असलेल्या निरूपयोगी वस्तूंच्या ओझ्याचे व पूर्वग्रह यांचा त्याग करण्याचे शिकलो. सर्व गोष्टींकडे नव्या व योग्य दृष्टिकोनाने पहाण्याचे आणि सृष्टिच्या अमर व शाश्वत नियमाप्रमाणे वागण्याचे शिकले."

– संजय वेद, व्यवसाय, आर्थिक बाजार, मुंबई

"TESB श्वसन प्रकाराचे वर्णन करताना परिवर्तनाची प्रचंड उर्मी मनात येते आणि त्यांचा माझ्यावर पडलेल्या प्रभावाची आठवण येते. त्यांचे भावनिक, शारीरिक, मानसिक, उत्साहवर्धक पैलू उमजले. TESB श्वसन प्रकारांबद्दल माझा स्वतःचा अनुभव असा आहे कि कुठलेहि तत्त्व न वगळता परिवर्तनाची ही प्रक्रिया केली जाते. माझ्या अस्तीत्वाच्या अगदी खालच्या पातळीपर्यंत स्वच्छता/शुध्दिकरण, उत्साह आणि पुनर्रचना या सर्व गोष्टी माझ्या अनुभवात सामावलेल्या आहेत. ह्यामुळे आपल्याला जे अनुभव येतात त्यालाच आपण आपले जीवन म्हणतो. TESB या शक्तीशाली व्यायाम प्रकारांमुळे आणि प्रभावी बोधवचनांमुळे ही शृंखला तुटते. या बोधवचनामुळे एकीकडे शुध्दिकरण व "सबलीकरण ह्या गोष्टी घडतात आणि उच्च आणि जास्त शक्तीशाली पातळीवर अंतीम सत्याची रचना करून मुळातच अमर्यादित अशी व्यवस्थीत रचना केली जाते."

– कोनार्क भंडारी, बीझीनेस डेव्हलपमेंट अधिकारी, मुंबई

"मी एक अशी व्यक्ति आहे कि या पुस्तकात दिलेल्या सूचनांप्रमाणे अत्यंत काळजीपूर्वक सराव केला. त्यातूनच मी शिकले आणि त्यात प्राविण्य मिळवले. एरवी हे ज्ञान मिळवू शकले नसते. गेल्या दोन महिन्यांपासून TESB च्या केलेल्या सरावामुळे मला उत्तम फायदे झाले व माझी प्रगति झाली, ते मी आता अनुभवत आहे. या उत्कृष्ट पुस्तकाबद्दल आणि या अभ्यासक्रमाबद्दल मी तुमचे आभार मानतो. या पुस्तकातील तुमचे सर्वच लिखाण मला नुसते कळण्यापुरते नसून सकारात्मक, शारीरिक आणि इतर दिशेने मार्गदर्शक असेच आहे आणि मी त्याबद्दल अत्यंत आभारी आहे."

– माईन रूझन, अमेरिका

"आपण पुस्तकातील विषयांशी खूप एकरूप झाल्यामुळे आपण केलेला TESB या पुस्तकाचा मराठीत केलेला अनुवाद खूपच प्रभावशाली झाला आहे. हे सर्व प्रकार जर आत्मसात केले तर तो साधक नक्कीच निरोगी व शतायुषी होईल या विषयी मला पुर्ण खात्री आहे.

"मूळ इंग्रजी संहितेचे मराठी भाषांतर आपण इतके उत्तम व समरसून केले आहे की ते भाषांतर वाटतच नाही तर ते केवळ 'रूपांतर'च वाटते.

"मूळ अधिकारी लेखिकेशी "हृदय संवाद" असल्या शिवाय इतके उत्तम मराठी भाषांतर हातून उतरणे शक्यही नव्हते."

– श्री. दाजी पणशीकर, संस्कृत व इतर प्राचीन ग्रंथाचे गाढे अभ्यासक आणि तत्त्वज्ञानी
तसेच रामायण-महाभारताचे प्रवचनकार, मुंबई

"TESB हे पुस्तक लेखिका संतोष सचदेवा यांनी अतिशय प्रगल्भतेने व अभ्यासपूर्ण अनुभवपूर्वक लिहील्याचे पुस्तकातील शब्द-संपत्ति व मार्गदर्शनामुळे दिसून येते. आदरणीय लेखिका संतोष सचदेवा यांनी या पुस्तकात वर्णन केलेला अनुभवजन्य योग प्रवास वाचकांना व योग प्रेमिंना मार्गदर्शक आधार ग्रंथ असाच आहे. या पुस्तकातील काही विशिष्ट माहिती नाविण्यपूर्ण पध्दतीने मांडण्यात आल्यामुळे अधिक प्रभावी झाली आहे. नेहमीच्या धाटणीपेक्षा योगगति व्यतिरिक्त पध्दतीने मांडली तरी अत्यंत परिणामकारक आहे. म्हणून मूलाधाराकडून आज्ञा चक्राकडे न जाता 'आज्ञाकडून मूला' कडे येणे इ. योगार्थिंना निश्चितच या पुस्तकामुळे आनंदानुभाव यावा ही आशा ईश्वर चरणी व पतंजली चरणी विनम्र प्रार्थना."

वेदमूर्ती नारायण सु. जोशी (गंगाखेडकर) गुरूजी, लातूर

"TESB हे श्री. श्रीकृष्ण दीक्षितांनी अनुवादित केलेले मराठी पुस्तक अतिशय समर्पक व सुंदर आहे. संतोष सचदेवा यांनी मूळ इंग्रजीत लिहीलेल्या पुस्तकाचा मराठीत अनुवाद करतांना श्री. दीक्षितांनी भाषेचा लहेजा, समन्वय व मूळ आशयाला पूर्ण न्याय दिला आहे. पुस्तकातील विषय तसा अवघड व कृतीत आणायलाही तसा कठीण आहे. पण तरीही मूळ लेखिकेने तो अतिशय सुंदर मांडला आहे. तसेच बरोबरीच्या आकृत्यांमुळे तो समजायला थोडा सोपा झाला आहे. या सर्वांचा मराठीत अनुवाद करताना श्री. दीक्षितांनी सोपे व चपखल शब्द वापरून समस्त मराठी वाचकांसाठी हे पुस्तक रंजक व उत्कंठावर्धक बनवले आहे. त्यांचा स्वतः चा या विषयाचा प्रदीर्घ अभ्यास व सराव असल्यामुळे हा केवळ अनुवाद वाटत नाही हेच या पुस्तकाचे वैशिष्ट्य म्हणावे लागेल. इतक्या सुंदर व उपयुक्त विषयावरील हे पुस्तक म्हणजे मराठी वाचकांसाठी पर्वणीच ठरेल. सर्व मराठी माणसांसाठी हे पुस्तक फक्त इंग्रजीच पुस्तके प्रकाशित करणाऱ्या 'योगी इंप्रेशन्स' ने पहिलेच मराठी पुस्तक प्रकाशित केले आहे ही विशेष उल्लेखनीय गोष्ट आहे."

सौ. माधवी जोशी, संगीत अलंकार, ज्योतीष शास्त्री,
वास्तु विषारद, ज्योतीष सल्लागार, कल्याण

श्वास व विचार यावर आधारीत व्यावहारीक अध्यात्मिक जीवन पद्धत

आठ अध्यात्मिक श्वसन प्रकार

An Online Course on www.eightspiritualbreaths.com

संतोष सचदेवा

मराठी अनुवाद :- श्रीकृष्ण दीक्षित

YogiImpressions®

YogiImpressions®

THE EIGHT SPIRITUAL BREATHS
(in Marathi)

Yogi Impressions LLP
1711, Centre 1, World Trade Centre,
Cuffe Parade, Mumbai 400 005, India.
Website: www.yogiimpressions.com

First English Edition: March 2012
First Marathi Edition: July 2013
Seventh reprint: November 2022

Cover design: Shivdutt Sharma
Illustration of exercises: Prabhakar Wairkar

Illustrations from *The Kundalini Trilogy (Conscious Flight Into The Empyrean, Kundalini Diary* and *Kundalini Awakening)* used with permission from Yogi Impressions

The information contained in this book is not intended to serve as a replacement for professional medical advice. Any use of the information in this book is at the reader's discretion. The author specifically disclaims any implied warranties of merchantability and fitness for a particular purpose and all liability arising directly or indirectly from the use or application of any information contained in this book. The author does not recommend the self-management of health or mental health problems. You should never disregard medical advice, or delay in seeking it, because of something you have learned in this book.

ISBN 978-93-82742-00-5

Printed at: Manipal Technologies Limited

महत्त्वाचे

'ब्रह्मविद्या' अभ्यासक्रमाचे हे पाठ्यपुस्तक **स्वामी के. एस. रामनाथन** यांनी लिहिलेल्या *प्राचीन योग व त्याचे तत्त्वज्ञान* ह्या पुस्तकावर आणि न्यायाधीश एम. एल. दुधाट यांच्या व्याख्यानावर आधारित आहे.

आठ अध्यात्मिक श्वसन प्रकार याबद्दलची सविस्तर माहिती आणि ऑन लाईन अभ्यासक्रमा बाबत नोंदणी करण्यासाठी कृपया येथे भेट द्या. www.eightspiritualbreaths.com

या पवित्र मार्गाने जाण्याची इच्छा करणाऱ्या सर्व साधकांना
व माझ्या शीबानी, नीक्की व गौतम या मुलांना
हे पुस्तक एखाद्या दिपस्तंभाप्रमाणे मार्गदर्शन करेल.

"अनेक जन्माच्या साठलेल्या पूर्वसंचितांना
जाळून टाकणारे असे आत्मज्ञान मला देणाऱ्या
त्या श्रेष्ठ गुरुंना मी वंदन करतो."

— गुरु स्तोत्रम

स्वामी के. एस. रामनाथन
(३१.७.१९२२ - १९.०३.२००४)

स्वामी के. एस. रामनाथन यांचा जन्म केरळमधील सांस्कृतिक राजधानी म्हणून प्रसिद्ध असलेल्या त्रिचूर या शहरात झाला. त्यांनी १९८५ मध्ये मुंबई येथे **"ब्रह्मविद्या मिशन"** नावाची संस्था स्थापन केली. विश्वाचे किंवा ब्रह्माचे ज्ञान होण्यास ब्रह्मविद्येच्या शिक्षणाची मदत होते. या विद्येचे मूळ ऐतरेय उपनिषदात आहे. या ब्रह्मविद्येच्या ज्ञानामुळे खऱ्या साधकाच्या मनात असलेल्या शंकांचे व भ्रामक कल्पनांचे निरसन होते आणि मिळते तो शाश्वत आनंद, परमानंद व निरंतर शांतता, त्यांच्या शिष्यांपैकी ब्रह्मविद्येत शिकवलेली तत्त्वे व त्यात शिकवले जाणारे योगातील साधे श्वसन प्रकार यांच्या सरावामुळे ज्यांनी त्यांत प्रावीण्य मिळवले व त्या बदल्यात ब्रह्मविद्येचा हा प्रकाश ते त्यांच्या शिष्यांमध्ये आज पसरवित आहेत.

जस्टीस एम. एल. दुधाट
(११.३.१९३५ - २२.९.२००६)

जस्टीस एम. एल. दुधाट यांचा जन्म अहमदनगर येथे झाला. त्यांनी त्यांचे महाविद्यालयीन शिक्षण मुंबईत पूर्ण केले. मुंबई उच्च न्यायालयात १९६१ साल वकीली व्यवसाय सुरू केला. १९७९ साली श्री. स्वामी रामनाथन यांच्याशी झालेल्या एका भेटीमुळे ३ वर्षे मुदतीचा ब्रह्मविद्येचा अभ्यासक्रम त्यांनी पूर्ण केला. १९८५ मध्ये मुंबईत वेगवेगळ्या ठिकाणी ब्रह्मविद्येचा प्रसार करण्यासाठी त्यांनी वर्ग चालू केले. फार पूर्वीपासून चालत आलेली सांसारिक गुरुंची परंपरा त्यांनी पुढे चालवली. आपल्या सांसारिक व नोकरी धंद्यातील जबाबदाऱ्या उत्तम प्रकारे सांभाळून आपले अध्यात्मिक सेवाव्रत त्यांनी पुढे चालू ठेवले.

अनुक्रमणिका

कृतज्ञता

पहिल्या प्रथम मी आमच्या कुटुंबाचे गुरु, **स्वामी मोहनगीरीजी** यांना वंदन करते. ते आज हयात नसले तरी माझ्या अध्यात्मिक प्रगतिवर लक्ष ठेवून असतात. बाल वयातच माझ्यातील आध्यात्मात प्रगति करण्याची कुवत ओळखून त्यांनी मला एक **'शिवमंत्र'** दिला होता.

'ब्रह्मविद्या मिशन' चे संस्थापक दिवंगत स्वामी रामनाथन यांची मी आभारी आहे कारण त्यांनी दिलेले ज्ञान ग्रहण करण्यास एक पात्र विद्यार्थीनी म्हणून त्यांनी माझी निवड केली.

दिवंगत गुरू जस्टीस दुधाट यांना मी प्रेमाने व आदराने अभिवादन करते. कारण त्यांनी मला अध्यात्मिक मार्ग दाखवला. न कंटाळता मला आधार दिला व मार्गदर्शन केले. माझ्या जीवनात शांति, सुखसमाधान ओतप्रत दिले. माझ्यातील व माझ्या मुलांतील सर्जनशीलता जागृत केली.

श्री. सी. एस. स्वामीनाथन, **'ब्रह्मविद्या मिशन'** चे प्रेसीडेंट यांचे मी आभार मानते कारण त्यांनी मला ब्रह्म विद्येतील प्रगत अभ्यासक्रम पूर्ण करण्यास स्फूर्ती दिली.

ज्यावेळी मी हे पुस्तक लिहित होती त्यावेळी माझी मैत्रिण **निर्मला अवी अल्मेडा** हिने माझ्या बद्दल दर्शविलेल्या प्रोत्साहनासाठी आणि सहनशिलतेबद्दल मी स्वतःला मानते. मी तिच्या प्रयत्नांची कदर करते कारण प्रारंभिक मजकूर एकत्रित करून त्याला तार्किक क्रमांने संपादन करण्यास त्यांची मदत मला मिळाली.

माझ्या आयुष्यांत अगदी योग्य वेळी येऊन या पुस्तकासाठी मला योग्य मार्ग निवडण्यास मदत करणाऱ्या माझ्या मैत्रिणीला-मीराला-मी धन्यवाद देते.

श्री. रोहित आर्य यांचे मी आभार मानते त्यांनी मला त्यांच्या गाढ उपजत ज्ञानाचा उपयोग करण्याची परवानगी दिली.

शिव, माझ्या बंधूला मी जे पुस्तक करत आहे त्या पुस्तकातील लिखाण त्यांनी कष्टपूर्वक परत परत तपासून दिल्याबद्दल धन्यवाद देते.

माझा मुलगा **गौतम** याने माझ्या पुस्तकावर पूर्ण विश्वास ठेवून आणि मी मिळवलेल्या ज्ञानामध्ये आणखी सखोल विचार करून सर्व साधकांना मार्गदर्शन करण्याकरता मला प्रोत्साहन दिले.

माझ्या **शिबानी** व **निक्की** या दोन्हीही मुलींनी माझ्यावर दृढ विश्वास ठेवून मला वर्षानुवर्षे आधार दिला.

श्री. प्रभाकर वाईरकर यांना त्यांनी आठ श्वसन प्रकाराची अत्यंत काळजीपूर्वक तयार केलेली रेखाचित्रे या बद्दल धन्यवाद देते.

श्री. गिरीश जठार आणि **श्री. संजय मालंडकर** यांनी मोठ्या मेहनतीने DTP चे काम करुन या पुस्तकाला मूर्त स्वरूप दिले.

सर्वात शेवटी मी ही संधी साधून ज्यांनी ज्यांनी आपल्या मनःपूर्वक, मैत्रीयुक्त प्रेमाने गेली कित्येक वर्षे माझ्या प्रगतिसाठी हातभार लावला त्या सर्वांसाठी मी माझे प्रेम व कृतज्ञता व्यक्त करते.

प्रस्तावना

अगदी अलिकडे व्यक्तिमत्व विकासामधील एक अभ्यासक्रम म्हणून ब्रह्मविद्या शिकवली जात असे. या अभ्यासक्रमाची रचना अशी केली आहे कि महत्वाकांक्षी मनुष्याला त्याच्यामधील प्रचंड सुप्त शक्तीची जाणीव व्हावी. याचा उद्देश असा होता कि सकारात्मक आणि आवश्यक आंतरिक बदल घडून उच्च ज्ञानाकडे जाण्याचा मार्ग मिळावा. तसेच शांति, ज्ञान व करूणा याचा अनुभव यावा-या सर्वांच्या एकत्रित परिणामामुळे मनुष्यात बदल घडून येईल आणि उत्तम जग अस्तित्वात येईल.

माझ्या स्वतःच्या अनुभवाने मला हे उमगले कि मनुष्याला त्याच्या ज्ञानेंद्रियामार्फत होणाऱ्या किंवा जाणवणाऱ्या गोष्टींपेक्षाहि बरेच काही ज्ञान ज्ञात होऊ शकते. हा अभ्यासक्रम तुमच्या हे लक्षात आणून देईल कि **तुमचा मीपणा म्हणजे तुम्ही स्वतः नाही.** तुमचे सत्य स्वरूप हे कधीहि न बदलणारे आणि ज्याला, काळ आणि अंतर, यांचे कोणतेही बंधन नसते. ते नेहमी अविनाशी आणि नेहमी अस्तित्वात असते. ते पूर्वी होते, आता आहे आणि नंतरही अस्तित्वात असेल. तुमचे सत्य स्वरुप हे काळ आणि अवकाश यांच्यावर अवलंबून नसल्यामुळे त्याला ज्ञानेंद्रियांनी किंवा मनाने समजता येत नाही ते फक्त अनुभवता येते.

मानवी जाणीव आता प्रगत होत असून जाणीवांच्या नवीन आयामात प्रवेश करत आहे. **ब्रह्मविद्या** हे प्रगतीचे शास्त्र असल्यामुळे ते नव्या जाणीवांप्रमाणे अद्ययावत असणे गरजेचे आहे. यासाठी **श्रेष्ठ गुरु** यांना काही काही काळानंतर यातील शिक्षणाच्या पद्धतिमध्ये बदल करण्यासाठी पाठवले जाते. ऋषी मुनींनी सांगितल्याप्रमाणे जो कोणी पारंपारिक पद्धती स्वीकारून आपला स्वतःचा स्वतंत्र विचार करत नाही तो मानवाची प्रगति होण्यासाठी काहीच करत नाही. जो कोणी पूर्वीच्या सर्व पारंपारिक पद्धती स्वीकारून आणि त्यांचे योग्य मूल्यमापन करून त्यामध्ये आपल्या स्वतःच्या अनुभवाप्रमाणे सुधारणा करतो तोच खऱ्या अर्थाने **प्रकाशाचा प्रसारक** असतो व तोच मानवजातीच्या उत्क्रांतीतील महत्वाचा दुवा होतो.

आठ अध्यात्मिक श्वसन प्रकार

जस्टीस एम. एल. दुधाट यांच्या मार्गदर्शनाखाली ब्रह्मविद्या प्राथमिक अभ्यासक्रम आतापर्यंत पोहचलेल्या पातळीवर पोहचू शकला आणि जाणीव पूर्वक व समजून उमजून सराव करणाऱ्या साधकाला अस्तित्वाच्या सूक्ष्म पातळीवर घेऊन जाऊ शकेल अशा पातळीपर्यंत प्रगत झाला.

हे श्वसन प्रकार अशा तऱ्हेने तयार केले आहेत की त्यामुळे 'चक्रे' प्रभावित होऊन कुंडलिनी शक्तिचे अधोगामी व उर्ध्वगामी प्रवाह पद्धतशीरपणे वाहाण्यास मार्ग तयार होईल. त्यामुळे साधकाला त्या ठिकाणी सूक्ष्मातील ज्ञान एका अदृश्य पातळीवर प्राप्त होईल.

ओसंडून वहाणारा सरबताचा पेला

बऱ्याच वर्षांची साधना व अभ्यास केल्यावर आणि अंतीम साक्षात्कार होण्यापर्यंत अध्यात्मिक प्रगति झाली आहे अशी मनाची समजूत करुन घेऊन अंतीम दिव्यत्त्वाच्या शोधात असलेला एक साधक त्याला अंतीम सत्यापर्यंत घेऊन जाऊ शकेल अशा सद्‌गुरुंच्या शोधात बाहेर पडला. बऱ्याच लोकांनी त्याला सांगितले की एका डोंगरावर असे एक सद्‌गुरु आहेत कि जे त्यांच्या शिष्यांना व भक्तांना अंतीम सत्यापर्यंत घेऊन जातात. हे ऐकून तो साधक शोधत शोधत बऱ्याच प्रत्यनांनंतर त्या सद्‌गुरुच्या आश्रमांत पोहचला व त्याने सद्‌गुरुंच्या चरणावर अक्षरशः लोटांगण घातले आणि आर्ततेने त्याच्यावर कृपा करण्यास सद्‌गुरुंना विनवू लागला. आत्तापर्यंत केलेली साधना, अभ्यास, घेतलेले अनुभव व पुढे त्याला काय पाहिजे हे सर्व त्याने धडाधड सद्‌गुरुंना सांगून टाकले.

सद्‌गुरुंनी सर्व काही शांतपणे ऐकून घेतले. त्या साधकाचे सांगणे संपल्यावर त्याला सरबत घेण्यास सांगितले. ते ऐकून त्या साधकाला धक्काच बसला. तो जरा मोठ्यानेच म्हणाला काय सरबत? आणि त्याला आश्चर्य वाटले व तो म्हणाला की मी अनेक वर्षे साधना केली, ध्यानाचा सराव केला. सद्‌गुरुंच्या शोधात वणवण करत पायी भटकलो व या येथे आपल्याकडून अंतीम ज्ञान मिळेल अशा एकाच तीव्र इच्छेने आलो. त्या पेलाभर सरबतासाठी मी आलो नाही.

सद्‌गुरुंनी त्याला आश्रमातील प्रथा सांगितली की येथे येणाऱ्या प्रत्येक पाहुण्याला प्रथम सरबत दिले जाते. असे म्हणून सद्‌गुरुंनी त्याच्या पुढ्यात एका बशीत पेला ठेवला व त्यांत त्यांनी सरबत ओतण्यास सुरूवात केली. पहाता पहाता पेला भरत आला व भरुन वाहू लागला. बशी भरुन आता सरबत जमिनीवर वाहू लागले. तरी सद्‌गुरु सरबत ओततच राहिले.

ते पाहून तो साधक न राहून मोठ्याने ओरडला "थांबा" पेला कधीच भरून बशीतूनही सरबत जमिनीवर वहात आहे व ते सर्व फुकट जात आहे.

त्यावेळी सरबत ओतण्याचे थांबवून सद्गुरुंनी त्याला समजावणीच्या सुरांत सांगितले कि या भरुन वहाणाऱ्या पेल्यासारखी तुझी स्थिती झाली आहे. तुला जे माहित आहे, जे तू मिळवले आहेस, जे तू पाहिले आहेस व जे तुला मिळवावयाचे आहे असे वाटते त्यामुळे मी तुला जे काही शिकवणार आहे त्यासाठी तुझ्याकडे जागाच उरलेली नाही. जो पर्यंत तू तुझा अहंपणा, मीपणा व चुकीच्या कल्पना सोडणार नाहीस तोपर्यंत मी जे काही शिकवेन त्याचा उपयोग होणार नाही व ते सर्व ज्ञान या सरबताप्रमाणे वाहून फुकट जाईल.

म्हणून प्रिय साधकांनो या पुरातन ज्ञानाचा व श्वसनाच्या या व्यायाम प्रकाराचा अनुभव घेण्यासाठी तुम्ही रिक्त मनाने आले पाहिजे.

ब्रह्मविद्येचा उगम – पूर्वपीठीका – इतिहास

या अध्यात्मिक श्वसन प्रकारांचे प्राचीन ज्ञान काळाच्या ओघात नष्ट झाले. या संबंधीची जी काही माहिती उपलब्ध आहे त्याचा काळ साधारणपणे १००० वर्षे मागे जातो.

बुद्ध धर्माचे तत्त्वज्ञान शिकवले जाणारे त्यावेळचे जगप्रसिद्ध विद्यापीठ म्हणजे नालंदा विद्यापीठ. एक प्रसिद्ध तांत्रिक व योगी श्री. पद्मसंभव (७३०-८०५) हे त्या विद्यापीठातील योगशास्त्र व तत्त्वज्ञान या विभागाचे प्रमुख होते. असे सांगतात की अतींद्रिय शक्तिमुळे त्यांना या विद्यापीठावर यवनांचा हल्ला होऊन विद्यापीठाचा विध्वंस होणार असल्याचा साक्षात्कार झाला. ह्यामुळे ते काही निवडक शिष्यांसमवेत तिबेट येथे स्थलांतरीत झाले. त्यांची पवित्र विद्या व शिकवण अगदी गुप्तपणे पिढ्यानपिढ्या ठराविक शिष्यांच्या द्वारेच तेथे शिकवली जात होती. या विद्येतील एक महत्त्वाचा भाग म्हणजे शक्तिशाली श्वसन प्रकार. ते अशा तऱ्हेने तयार केले होते कि मनुष्यप्राण्याला त्याच्यामधील सर्व श्रेष्ठ गुणांचा व सामर्थ्याचा अनुभव येईल. तिबेटमध्ये शिकत असलेल्या एक पाश्चिमात्य साधक एडविन जे. डिंगले यांनी हे प्रकार शिकून घेतले. नंतर तो जेव्हा त्याच्या मायदेशी परत गेला त्यावेळी त्यांनी या प्रकारावर आधारित असा एक अभ्यासक्रम बनवला. तो अभ्यासक्रम त्याने त्याच्या शिष्यांना शिकवण्यास सुरवात केली व नंतर इतर साधकांना पोस्टाद्वारे शिकवण्यास सुरवात केली.

मुंबईचे श्री. के. एस. रामनाथन यांनी हा अभ्यासक्रम शिकून तो मुंबईत शिकवण्याची परवानगी घेतली. त्यांनी **“ब्रह्मविद्या इनीशियेटग्रुप कोर्स”** असे त्याचे नामकरण केले व **“ब्रह्मविद्या”** नावाची संस्था स्थापन केली.

ब्रह्मविद्येचा हा अभ्यासक्रम आठ श्वसन प्रकार व त्यांची बोधवचने मिळून तयार केला आहे. यात प्राणायामापासून सुरूवात करुन ध्यानापर्यंतच्या क्रिया

शिकवल्या जातात. श्री. रामनाथन म्हणतात त्याप्रमाणे जीवन म्हणजे काय, जीवनाचा उगम, जीवनातील प्रवास, या सर्वांचे कारण काय याबद्दलचे ज्ञान याचा उलगडा होण्याचे दृष्टीने हा अभ्यासक्रम तयार केला आहे. श्री. रामनाथन यांचे एक शिष्य न्यायाधीश श्री. एम. एल. दुधाट यांनी तीन वर्षे शिक्षण घेऊन, त्याची साधना करुन मुंबईमधील निरनिराळ्या ठिकाणी स्वतःचे वर्ग १९८५ मध्ये चालू केले.

त्यांच्याकडे पहिल्यांदा येणाऱ्या साधकांमध्ये मुंबई हायकोर्टाचे न्यायाधीश एम. एल. दुधाट यांचा समावेश होता. हा अभ्यासक्रम पूर्ण केल्यानंतर पुढील तीन वर्षे त्यांनी स्वतः सराव केला आणि त्यांना आलेल्या फायद्यामुळे न्यायाधीश दुधाट हे ह्या श्वसनाच्या व्यायामप्रकाराचे निग्रही साधक झाले. सन १९९५ मध्ये त्यांनी मुंबईत अनेक ठिकाणी हा अभ्यासक्रम शिकविण्याचे वर्ग चालू केले.

हा अभ्यासक्रम मी न्यायाधीश दुधाट यांच्या मार्गदर्शनाखाली शिकले. आणि माझी अध्यात्मिक जागृति १९९५ मध्ये झाली. ज्यावेळी मी याचा सराव करत होत व त्यातील शिकवलेली माहिती माझ्यात सामावून घेत होते तेव्हा माझी अध्यात्मिक जागृति होत असताना मला उल्लेखनीय अशी दृष्ये दिसू लागली व अनुभवहि येऊ लागले त्यांचे मी सचित्र टिपण करून ठेवले. ह्या सचित्र टिपणांमुळे शरीर व मन यात श्वसनाच्या व्यायामामुळे कसे बदल घडतात व अंतिम सत्याच्या दिशेने कसा मार्ग मिळतो हे कळले. या माझ्या अनुभवामुळे या शिकवणूकीला एक भक्कम पाया मिळून एक सखोल दृष्टि मिळाली. तसेच तिचा आवाका वाढला. हे सर्व एकत्रित करून 'The Eight Spritural Breaths' – **'आठ अध्यात्मिक श्वसन प्रकार'** हे पुस्तक तयार केले.

'आठ अध्यात्मिक श्वसन प्रकार' याचा मनःपूर्वक अभ्यास व सराव समर्पित भावनेने केल्यामुळे साधक त्यांच्या स्वतःच्या उच्च अध्यात्मिक विकासामध्ये सत्याचे सखोल ज्ञान मिळवू शकतात. याचा परिणाम म्हणून ते साधक त्याच्या क्षमतेमध्ये, शांतपणामध्ये, सुदृढ प्रकृति आणि उच्च पातळीची उर्जा अनुभवतात. या व्यायाम प्रकारांची घडण अशा प्रकारे केली आहे कि तुम्ही तुमच्या जीवनात सर्व प्रकारांच्या क्षमतांमध्ये आवश्यक टप्पे अवलंबून त्यावर प्रभुत्व मिळवू शकाल.

ह्या शिक्षणक्रमात खालील गोष्टींचा समावेश केला आहे.

१) प्राणायाम २) श्वसनाचे आठ प्रकार ३) बोधवचने ४) ध्यान

अध्यात्मिक शिक्षणाच्या प्राचीन शिक्षण पद्धति

प्राचीन काळी तत्त्वज्ञान व गूढविद्या शिकविण्यासाठी त्यावेळी असलेल्या परिस्थितीला अनुसरून व अनुरुप असलेल्या शिक्षण पद्धति तयार केल्या होत्या. या पद्धतिमुळे साधकाला शारीरिक, मानसिक व भावनिक वृत्तीमध्ये समन्वय साधून साधनेत प्रगति करण्यासाठी बरीच वर्षे घालवावी लागत. साधकाला नेहमीच्या जीवनाचा त्याग करुन दूर आश्रमात राहून गुरुंना शरण जाऊन समर्पित भावनेने शिस्तबद्धपणे हे शिक्षण घ्यावे लागे. आता ही परिस्थिती बदलेलली आहे आणि जे ज्ञान पूर्वी फक्त निवडक काहीजणानांच दिले जाई ते आता आपल्या जाणीवांमध्ये प्रचंड गतीने बदल झाल्यामुळे सर्व सामान्यांना दिले जाते. अशा अनेक साधकांना त्यांच्या या मार्गात मदत करण्यासाठी जे ज्ञान पूर्वी अगदी संरक्षित ठेवले होते ते आता अनेक मार्गांनी व पद्धतींनी प्रसिद्ध केले जात आहे, शिकवले जात आहे. मला मिळालेल्या ज्ञानाचा अनुभव रोजनीशीच्या स्वरुपात लिहून *The Kundalini Trilogy* या पुस्तकात समाविष्ट केला आहे. ज्यामध्ये शरीर, मन व बुद्धि यामध्ये कसे कसे बदल होतात ते नमूद केले आहे. एखादा साधक पूर्ण श्रद्धा ठेवून शरण गेला तर वैश्वीक शक्ति एखाद्या गुरुमार्फत त्या साधकाला मार्गदर्शन करते.

ओशो सांगतात की **'गुरु'** म्हणजे व्यक्ति नसून ते एक तत्त्व आहे. हे तत्त्व एक दुवा म्हणून काम करते. त्याच्या फक्त अस्तित्त्वामुळे सर्व काही घडते. हे सर्व त्या साधकावरच अवलंबून असते. जर साधकाची तीव्र इच्छा असेल तरच साधकाच्या अवती भवती असलेल्या परिस्थितीतूनच त्याला अध्यात्मिक मार्गदर्शन मिळते. जर त्यांनी तीव्र इच्छा व्यक्त केली नाही तर त्याची प्रगति आपोआपच खुंटते. त्याची प्रगति ही त्याच्या वरच अवलंबून असते.

तुमची साधना – दररोजचा सराव

तुमची दररोजची साधना व सराव चालू करण्याआधी तुम्ही सद्‌गुरुंचे स्मरण करुन आवाहन केले पाहिजे. ज्या सद्‌गुरुंची दीक्षा तुम्ही घेतली असेल त्यांचे स्मरण साधना चालू करताना व ती संपल्यावर केले पाहिजे आणि तुम्हाला मिळालेल्या ज्ञानाबद्दल व मार्गदर्शनाबद्दल त्यांचे आभार मानले पाहिजेत. जर तुम्ही अशी दीक्षा घेतली नसेल तर तुम्ही तुमच्या आवडीच्या दैवताचे किंवा आध्यात्मातील आदरणीय व्यक्तिचे स्मरण करावे. अशा आभार मानण्याच्या वृत्तीमुळे एक अतिशय शक्तिशाली उर्जेचे वलय तयार होते व नकारात्मक उर्जेचे सकारात्मक उर्जेत रुपांतर होते. अशी कोणतीच परिस्थिती नाही कि जी शक्तिशाली आभार प्रदर्शनाने सुधारू शकत नाही.

तुम्ही हे पक्के लक्षांत ठेवा कि सुरवाती सुरवातीला याची जाणीव तुम्हाला झाली नाही तरी अशा तऱ्हेचे मार्गदर्शन तुमच्या नकळत मिळत असते. विचारांमध्ये एक उर्जा असते आणि सर्व विचारांना एक आकार असतो. म्हणून तुम्ही ज्या क्षणी सद्‌गुरुचे स्मरण कराल त्या क्षणी ते प्रकट झालेले असतात. जर सरावाच्या वेळी तुम्हाला काही शंका आली तर तुम्ही थोडी विश्रांती घ्या आणि मार्गदर्शन मागा व ते तुम्हाला मिळेल.

हे मार्गदर्शन कोणत्याही मार्गाने होऊ शकते. एखादे पुस्तक, एखाद्या मित्राशी चर्चा किंवा अचानक एखादा विचार सुचणे, कोणताच प्रश्न किंवा शंका निरसन झाल्याशिवाय रहात नाही. काही वेळी ताबडतोब किंवा काही वेळानंतर हे घडते. तुम्हाला जर एखादा अनुभव आला तर त्यातच गुंतून राहू नका. ज्याप्रमाणे विचार येतात व जातात त्याच प्रमाणे हा अनुभवही जाऊ द्यावा. कारण तो परत परत येणार नाही. तो आला तसाच जाईल. या अनुभवांत गुंतून रहाण्यामुळे तुमची प्रगति नीट होणार नाही.

तुमच्या हातात आलेले हे पुस्तक अशा एका विशिष्ट वेळी तुमच्याकडे आले आहे कि तुम्ही तुमच्या प्रगतिचे आव्हान व जबाबदारी पेलण्यास समर्थ झाला आहात. तसेच मानवाची मानसिक विचार करण्याची क्षमता अशा एका उच्च पातळीपर्यंत पोहचली आहे की ते विचार जलद गतीने प्रत्यक्षात उतरविण्याची क्षमता त्याच्यामध्ये आली आहे.

साधकाला त्याच्या उद्देशाचा नेमकेपणा, समर्पणाची भावना व दृढ निश्चय हे गुण आवश्यक आहेत. तुम्ही जर समर्पित भावनेने साधना करत असाल तर तुम्हाला आपोआपच गुरुंकडून मार्गदर्शन लाभते.

तुमच्या दररोजच्या राहाणीत कोठल्याही प्रकारचे बदल आवश्यक नाहीत. तुम्ही तुमचे दररोजचे व्यवहार व कौटुंबिक जबाबदाऱ्या चालू ठेवू शकता. आहारावर कोणत्याही प्रकारचे निर्बंध नाहीत. फक्त कोणत्याही बाबतीत कोणत्याही प्रकारचा अतीरेक नको. तुम्हाला दररोजचा सराव करण्यासाठी एक नेहमीची जागा व नेहमीची वेळ असली पाहिजे. तुमच्या सरावामुळे त्या जागेत एक प्रकारची शक्तिची स्पंदने तयार होतात ज्यामुळे तुम्हाला तुमच्या प्रगतिमध्ये मदत मिळते. तसेच तुम्हाला मिळणारे मार्गदर्शन त्या ठराविक वेळीच मिळते. जर तुमचा सराव अनियमित असेल तर तुम्हाला मिळणारा फायदाही तसाच अनियमित असेल. तुमची प्रगति एका ठराविक सुसंगत पद्धतीने होणार नाही. तुम्ही शाळेतील वर्गांत जसे पाळता तसेच नियम येथे पाळणे अपेक्षीत आहे. तुम्ही हे पक्के लक्षात ठेवा तुमचा सराव जर तुट क तुटक असेल तर किंवा सलग नसेल तर तुम्हाला मिळणारा फायदा सुद्धा तुटक तुटक असेल किंवा कदाचित, मुळीच फायदा मिळणार नाही. जर तुम्ही गंभीरपणे व मनापासून साधना-सराव करणारे साधक नसाल तर गुरु सुद्धा तुम्हाला शिकवण्यात रस घेणार नाहीत. त्यांना मनापासून साधना करणारे दुसरे शिष्य / साधक बरेच आहेत. त्यांना ते मार्गदर्शन करतील. हा काही, वेळ जाण्याचा किंवा करमणुकीचा विषय नाही. तर ही एक कठीण साधना किंवा व्रत आहे.

मी जेव्हा साधना करण्यास सुरूवात केली त्यावेळी माझ्या डोळ्यां-समोर एक पक्के ध्येय होते. ते म्हणजे **"मी कोण आहे?" "मी कोठून आले आणि कोठे जाणार आहे?"** याचा शोध घेणे.

एकदा माझे हे ध्येय पक्के झाल्यावर प्रामाणिकपणे मी या अभ्यास-क्रमाचा अभ्यास करू लागले. ह्या अभ्यासक्रमात शास्त्रोक्त पद्धतीने करावयाचे अध्यात्मिक श्वसन प्रकार – प्राणायामापासून ध्यान करण्या-पर्यंतचे शिक्षण आहे. श्वसनामुळे **"आज्ञा चक्र"** जागृत झाल्यामुळे माझ्या शारीरिक, मानसिक व भावनिक वृत्तींमध्ये झालेले बदल मला जाणवू लागले. *आठ अध्यात्मिक श्वसन प्रकार* हे पुस्तक साधकांना मार्गदर्शक म्हणून आणि त्यांना त्यांच्या अध्यात्मिक प्रवासात एखाद्या दिपस्तंभा-प्रमाणे **'आम्ही कोण आहोत?'** व **'आम्ही येथे का आलो?'** या गहन प्रश्नांबद्दल ज्ञान मिळवण्यास मदत करेल.

येथे दिलेले श्वसन प्रकार, त्यांची बोधवचने व ध्यान ह्यामुळे साधकांना अध्यात्मिक प्रगति होण्यास व ती कशी घडते याबद्दलचे सखोल ज्ञान मिळण्यास मदत होईल.

या पुस्तकामुळे अध्यात्मिक प्रगति होताना होणाऱ्या बदलांबद्दल अनेक गैरसमजूति व अनेक तऱ्हेच्या भिती दूर होण्यास मदत होईल.

सद्‌गुरु त्यांचे कार्य खूप मोठ्या प्रमाणात करत आहेत व ज्या तऱ्हेने मानवाची वैचारिक पातळी वाढत आहे त्यावेळी हे फारच महत्त्वाचे आहे कि ते शिकवत असलेले ज्ञान आपण फक्त शिकून किंवा आपल्यापुरते मर्यादित ठेवून किंवा आपल्या आचरणात आणून भागणार नाही तर आपण ते ज्ञान जास्तीत जास्त साधकापर्यंत पोचवले पाहिजे.

मी बरेच वर्षे ऐकत आलेली श्री भगवान बुद्ध यांच्या बद्दलची एक कथा मला या इथे तुम्हाला सांगावीशी वाटते. श्री भगवान बुद्ध त्यांच्या भौतिक शरीरातून काही तासातच प्राण सोडणार आहेत असे त्यांच्या शिष्यांना कळले ह्यामुळे आपल्या गुरुंना वंदन करण्यासाठी व शेवटचे काही क्षण गुरुसमवेत घालवण्याच्या उद्देशाने ते शिष्य त्यांना भेटावयास आले. ते बघून त्यांना उद्देशून श्री भगवान बुद्ध त्यांना म्हणाले कि तुम्ही अशा वेळी मला भेटायला आलात हे तुम्ही चांगलेच केलेत. पण जर तुम्ही येथे न येता हा वेळ साधना करण्यात घालवला असता तर ते त्यापेक्षाही उत्तम झाले असते.

प्रकरण पहिले

चक्रे – यौगिक शक्तिकेंद्रे – उर्जा स्त्रोत

या चित्रात दाखवलेली चक्रे पारंपारिक चक्राच्या वर्णनाप्रमाणे नसून मला ध्यानात दिसल्याप्रमाणे आहेत.

ऋषीमुनींनी सांगितल्याप्रमाणे ही चक्रे आपल्या दृष्य शरीरात नसून ती सूक्ष्म शरीरात असतात. ती सूक्ष्म शरीरात असल्यामुळे आपल्या डोळ्यांना दिसत नाहीत. सूक्ष्म शरीरात शिरांचे एक जाळे पसरलेले असते व ज्या ठिकाणी या शिरा एकमेकींना छेदून जातात त्या ठिकाणी उर्जेचे एक केन्द्र बनते. अशा शिरांना संस्कृतात *नाड्या* असे म्हणतात आणि त्या ज्या ठिकाणी एकमेकींना मिळतात व छेदून जातात त्या केन्द्राला **"चक्र"** म्हणतात. ज्या ठिकाणी फक्त थोड्या नाड्या एकमेकींना मिळतात तिथे लहान चक्रे बनतात. ज्या ठिकाणी मोठ्या शक्तिशाली नाड्या एकमेकींना मिळतात व छेदून जातात त्या ठिकाणी जी चक्रे बनतात ते मोठे असतात. चक्राची स्थिती **"नलिकाविरहित ग्रंथी"** वर विशिष्ट परिणाम करते. ही चक्रे अदृष्य असून

वैश्विक उर्जा शोषून घेण्याची स्थाने आहेत. ही चक्रे त्या उर्जेची तीव्रता अशा तऱ्हेने संतुलीत करतात की जेणे करुन त्या उर्जेचा उपयोग शरीरातील वेगवेगळी इंद्रिये करू शकतील.

एकूण सात मुख्य चक्रे आहेत. किंबहुना सातवे चक्र हे चक्र नसून ते असे एक केंद्र आहे की त्या ठिकाणी नाड्या फक्त एकमेकीस मिळतात. एकमेकीस छेदून जात नाहीत. सहा चक्रांपैकी प्रत्येक चक्राचा छेदनबिंदू हा दृष्य शरीरातील महत्त्वाच्या अवयवांशी व नलिकाविरहीत ग्रंथींशी संबंधीत असून त्याच्या सभोवतालच्या अवयवांवर व भागावरही परिणाम करतो. चक्र जितके गुंतागुंतीचे तितके ते इंद्रिय निस्तेज. एखाद्या व्यक्तिने तिच्या आत्तापर्यंतच्या आयुष्यात शारीरिक, मानसिक व भावनिक परिणामांचा साठवलेला साठा यावर त्या चक्राची गुंतागुंतीची स्थिती अवलंबून असते. म्हणून चक्र फक्त शरीरावरच परिणाम करत नाही तर ते त्या व्यक्तीच्या मानसिक व भावनिक वृत्तींवरही परिणाम करते.

व्यक्तिच्या आसपासची परिस्थिती तीची शारीरिक व मानसिक अवस्था यामुळे चक्रांच्या आकारमानात, स्वरुपात आणि हालचालीत बदल होत असतो. ह्या हालचाली कधी तालबध्द किंवा कधी विस्कळीत असूं शकतात. ह्या हालचाली नाण्याला झटका दिल्यावर होतात तशा, घड्याळ्याच्या काट्याप्रमाणे किंवा उलट्या दिशेने, वर किंवा खाली, ज्याप्रमाणे कडेवर नाणे फिरावे त्याप्रमाणे, किंवा घड्याळ्याच्या लंबकाप्रमाणे डाव्या किंवा उजव्या बाजूला अशा तऱ्हेने होतात. ह्या हालचाली आजूबाजूची परिस्थिती, जागा आणि मानसिक स्थिती यावर अवलंबून असतात. ह्या चक्राच्या हालचाली व त्याची कंपने/स्पंदने यावरून ती घटना कोण्या व्यक्तिसंबंधी किंवा वस्तुसंबंधी निगडीत आहे हे कळू शकते. प्रगत साधकाच्या अतीशय संवेदनाक्षम व जागृत चक्राच्या स्थितीमुळे तो साधक पुढे भविष्यात घडणाऱ्या घटनांबद्दलची माहिती देवू शकतो किंवा त्या साधकाकडे येणाऱ्या व्यक्तिचे वर्णन सांगू शकतो.

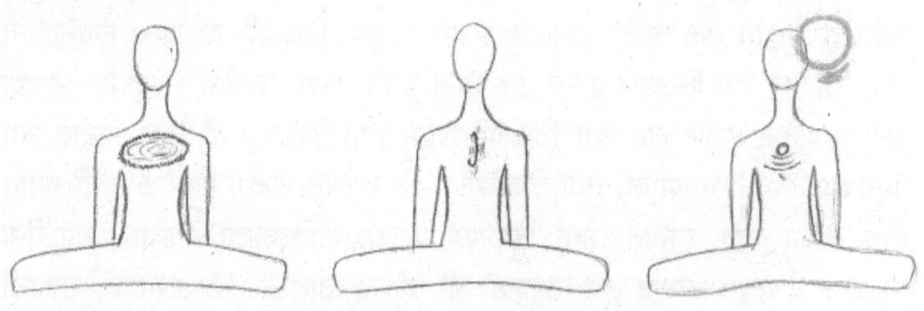

अनाहत चक्राच्या वेगवेगळ्या हालचाली

चक्रे - यौगिक शक्तिकेंद्रे - उर्जा स्त्रोत

"मानवाच्या जीवनाच्या उत्क्रांतीत चक्रे जागृत होण्याची घटना फार महत्त्वाची मानली जाते. दैवी शक्ती, गूढवाद यांच्याशी या घटनेची गल्लत करू नये. कारण चक्र जागृत होण्यामुळे आपला मानसिक बदल घडत असतो. हे मानसिक बदल आपल्या दररोजच्या व्यवहारांशी व जीवनाशी निगडीत असतात. चक्र जागृतीने उच्च दर्जाचे प्रेम, दया, शांति वगैरेंचा अनुभव येतो."

— स्वामी सत्यानंद सरस्वती

हे तुम्ही समजा की चक्रांच्या जागृत होण्यामुळे आपल्यातील शारीरिक शक्ति, अदृष्य उर्जेत आपण बदलू शकतो आणि ही शारीरिक शक्ति मानसिक शक्तित रुपांतरीत करू शकतो. ही चक्रे जागृत होऊन कार्यरत होऊ लागली की साधकाला मानवी लोकापेक्षा प्रगत असलेल्या वरच्या पातळीतील लोकांचे ज्ञान होऊ लागते व त्या लोकांत प्रवेश करण्याचे सामर्थ्य त्याच्या अंगी येते.

तुम्ही ज्या श्वसन प्रकारांचा सराव करणार आहात त्यामुळे ही चक्रे जागृत होणार आहेत. हे अगदी आवश्यक आहे कि सर्व चक्रे ही एकमेकांशी सुसंगतरित्या कार्यरत झाली पाहिजेत म्हणजे त्यातून वाहाणारी उर्जा/शक्ति, अडथळारहित वाहात राहिल. मानसिक उर्जेचे भोवरे असलेली ही चक्रे म्हणजे केन्द्रे असून त्यांची तालबद्ध कंपने ही आपल्या मानसिक, भावनिक आणि वैचारिक स्थितीवर अवलंबून असतात.

चक्रे

१) सहस्त्रार चक्र (सर्वोच्च बिंदू)
२) आज्ञा चक्र (तिसरा नेत्र)
३) विशुद्धि चक्र (कंठस्थान)
४) अनाहत चक्र (हृदय)
५) मणीपूर चक्र (नाभी)
६) स्वाधीष्ठान चक्र (ओटीपोट)
७) मूलाधार चक्र (माकड हाड)

जेव्हा सहस्त्रार चक्र जागृत होते तेव्हा एक प्रकारची नवी जाणीव तयार होते. आत्ता असलेली आपली जाणीव ही स्वतंत्र नाही कारण ज्ञानेद्रियांनी आपल्या मनाला दिलेल्या माहितीवर ही जाणीव सर्वस्वी अवलंबून असते आणि ज्यावेळी सहस्त्रार चक्र जागृत होते त्यावेळी दैवी जाणीव उत्पन्न होते. त्यावेळी आपल्याला येणारे अनुभव व ज्ञान संपूर्णपणे स्वतंत्र असते. कान, नाक, डोळे वगैरेची मदत लागत नाही. आपले डोळे जे पाहू शकत नाहीत, नाक जो सुगंध घेऊ शकत नाही व कान जो आवाज ऐकू शकत नाहीत त्या सर्वांचा अनुभव आपण घेऊ शकतो.

मी हे प्रचंड ज्ञान शक्य तेवढ्या अचूकपणे आणि पूर्णपणे मांडले आहे. शरीर-मन यांचे एकत्रित काम कसे चालते हे साधकांना यावरुन समजेल अशी मला खात्री आहे. जीवनातील प्रत्येक प्रसंगाला खेळीमेळीने त्या प्रसंगातील चांगली बाजू व विनोदी बाजू बघून दात ओठ न खाता आनंदाने सामोरे जाणे ही सर्वात उत्तम रीत आहे. विनोदामुळे आपण मोठमोठ्या अडचणीवर मात करू शकतो. नेहमी आनंदी राहाण्याने आणि चांगलेच होईल असा विचार केल्याने आपण नवनवीन आव्हाने पेलू शकतो व चांगले यश संपादन करू शकतो. आपण जे पेरतो तेच उगवणार हा निसर्ग नियमच आहे.

नलिका विरहीत ग्रंथी

असे म्हटले जाते की तुमच्या ग्रंथी जितक्या जुन्या तितकेच तुम्ही वयस्कर! एखाद्या तरुणाला तो स्वतः अशक्त व वयस्कर आहे असे वाटत असेल तर त्याला या ग्रंथीच जबाबदार असतात. जर तुम्हाला उत्साहीत, चैतन्यशाली, बलवान असे वाटत असेल, तुम्ही जे काम करता किंवा ज्याचा विचार करता त्यामध्ये थकलेले, दमलेले किंवा अनुत्साहीत असाल तर या सर्वाला ग्रंथीच कारणीभूत असतात. खरे पहाता तुमचे आरोग्य हे एका किंवा अनेक ग्रंथींच्या कार्यक्षमतेवर किंवा अकार्यक्षमतेवर अवलंबून असते.

प्रत्येक चक्र हे त्याच्या संबंधीत ग्रंथीवर परिणाम करत असते. उदा. विशुद्धी चक्र पॅराथॉयरॉईड, थॉयरॉईड आणि थायमस् ग्रंथीवर परिणाम करते. चक्रे आणि ग्रंथी यांच्या निरोगी किंवा रोगट अवस्थेला कोण कारणीभूत असते? तुमचे नकारात्मक विचार त्या ग्रंथीवर अनावश्यक ताण उत्पन्न करतात त्यामुळे त्या शिथिल, अशक्त होतात त्यामुळे शरीरात दुरूस्ती करणे व निरोगी स्थिती प्रस्थापित करण्याचे त्यांचे मुख्य काम करण्यास त्या असमर्थ बनतात.

वैद्यकीय उपायाने तुमच्या ग्रंथी परत सक्षम करता येतात किंवा या पुस्तकांत दिल्याप्रमाणे श्वसनाचे व्यायाम प्रकार व त्यांची बोधवचने करुन आणि सकारात्मक विचार यांच्या सहाय्यानेही तुम्ही ते करू शकता.

Endocrine glands (नलिका विरहित ग्रंथी)

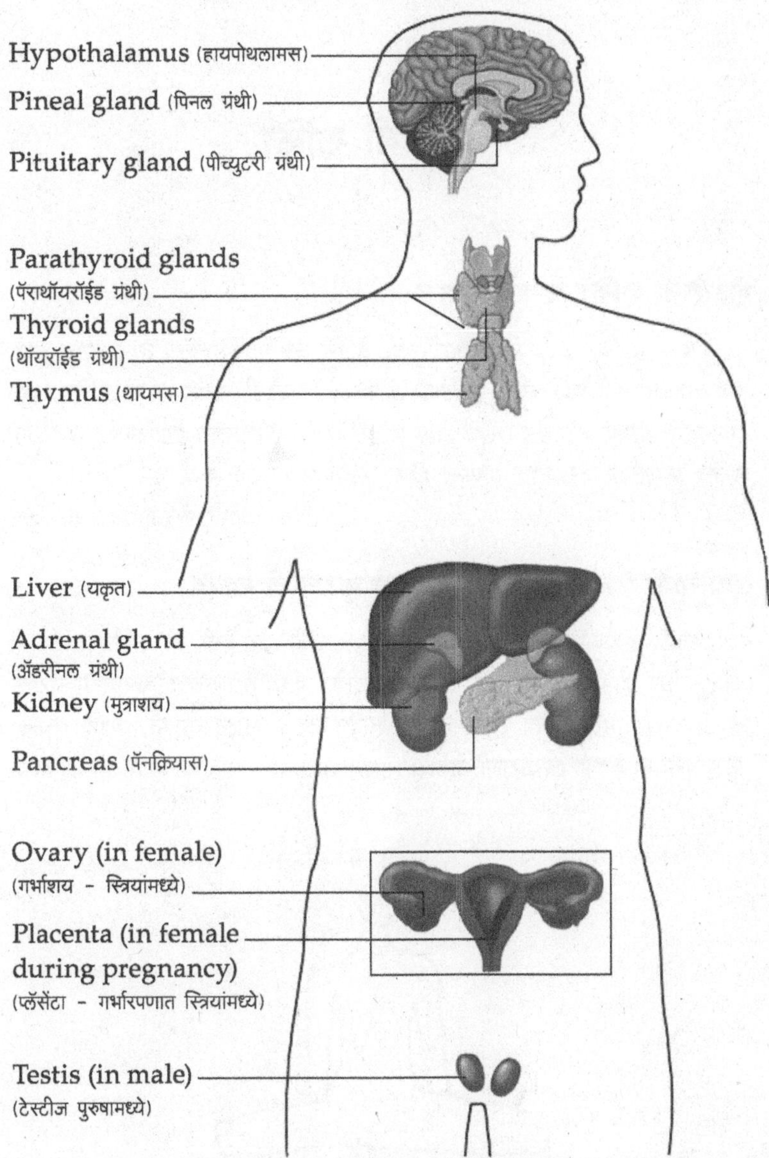

Diagram showing the location of glands.
शरीरातील नलिका विरहित ग्रंथी दाखवणारी आकृती.

प्रकरण दुसरे

कुंडलिनी शक्ति

कुंडलिनी शक्ति म्हणजे काय?

"प्राण हा अतीप्रचंड किंवा अतीसूक्ष्म असून सर्व प्राणीमात्रांचा तो आधार आहे. सर्व व्यापक, सर्व शक्तिमान, सर्वकाळ अस्तित्व असलेली, महाप्राण ही शक्ति असून श्वासाद्वारे आपण त्यातील काही अंश शोषून घेतो. मनुष्याच्या शरीरातील कुंडलिनी शक्ति म्हणजेच विश्वातील प्राणाचे किंवा महाप्राणाचे रूप होय."

— स्वामी निरंजनानंद सरस्वती

अधोगामी (वरुन खाली) वाहाणारी कुंडलिनी शक्ति

नेहमी आपण कुंडलिनी शक्ति संबंधी वाचतो. त्यावेळी ती शक्ति उर्ध्वगामी (खालून वर वाहाणारी) असते, असेच वाचतो. बोधवचनासहित श्वसन प्रकारांचा जो अभ्यास तुम्ही करता त्यामध्ये ही शक्ति वरुन खाली वाहाते. आपण त्याला **'कुंडलिनी शक्तिचा अधोगामी प्रवास'** अशी संज्ञा देतो. पहिल्या प्रथम तो शक्तिचा

कुंडलिनीच्या प्रभावित होण्यामुळे मेंदूच्या दोन्ही बाजूला सारख्याच आकाराची वलये तयार होतात.

प्रवाह मस्तकातून वाहातो. नंतर हृदय, नाभी आणि नंतर क्रमाक्रमाने खाली खाली असा वाहतो. दुसऱ्या शब्दांत सांगायचे तर हा प्रवाह सहस्त्रार चक्र, आज्ञा चक्र, विशुद्धी चक्र, अनाहत चक्र नंतर मणीपूर चक्र, स्वाधीष्ठान चक्र व शेवटी मूलाधार चक्रात अशा क्रमाने खाली खाली वाहातो. हा मार्ग सुरक्षित आहे. कुंडलिनी, खाली वाहाणारी शक्ति मेंदूत जाऊन तेथील धन व ऋण भागांना किंवा मेंदूच्या उजव्या व डाव्या भागात जाऊन मंदपणा व सुस्तपणा नाहीसा करते.

अशा तऱ्हेने कुंडलिनी शक्ति खालच्या दिशेने वाहू लागली कि ती चक्रांना जागृत करते व बुद्धिला आपल्या जीवनाला उपयोगी पडेल अशा तऱ्हेने गतिमान करते. तसेच आपली आपल्या जीवनात असलेली ईश्वरावरील श्रद्धा दृढ करते.

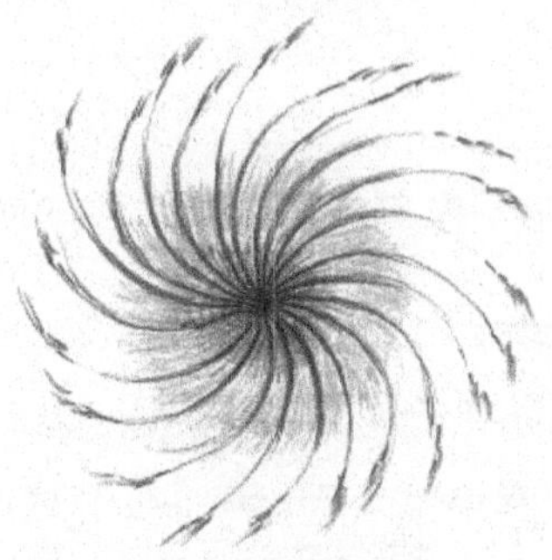

जागृत झालेले चक्र

"जेव्हा कुंडलिनी अधोगामी वाहू लागते त्यावेळी साधकांच्या विचारांची पातळी मनाच्या नेहमीच्या विचारांवर अवलंबून न राहाता उच्च पातळीवर जाते आणि ही उच्च विचारांची पातळी साधकाच्या नेहमीच्या विचारांना प्रभावित करते. ही विचारांची उच्च पातळीच तुमच्या शरीरावर, मनावर, भावनांवर व विचारांवर ताबा मिळवते. यानंतर कुंडलिनी शक्तिचीच सत्ता तुमच्यावर चालते. यालाच कुंडलिनी अधोगामी वाहाते असे म्हणतात."

— स्वामी सत्यानंद सरस्वती

"श्री. अरविंदो म्हणतात कि प्रकाश फक्त मनापर्यंतच पाझरून चालणार नाही तर तो अशा एका सर्व शक्तिशाली शक्तित रुपांतरीत झाला पाहिजे कि ज्यामुळे शारीरिक व इतर पातळीत बदल घडून येतील. जो पर्यंत हे बदल घडून येत नाहीत तो पर्यंत खऱ्या अर्थाने परिवर्तन झाले असे म्हणता येत नाही. श्री अरविंदो पुढे असेही सांगतात की नुसता प्रकाश खालच्या दिशेने वाहून चालणार नाही तर तो शांतता, शक्ति, ज्ञान, प्रेम आणि आनंद या त्याच्या इतर गुणधर्मांसहित पूर्ण जाणिवेत प्रकट झाला पाहिजे.

— जॉन व्हाईट

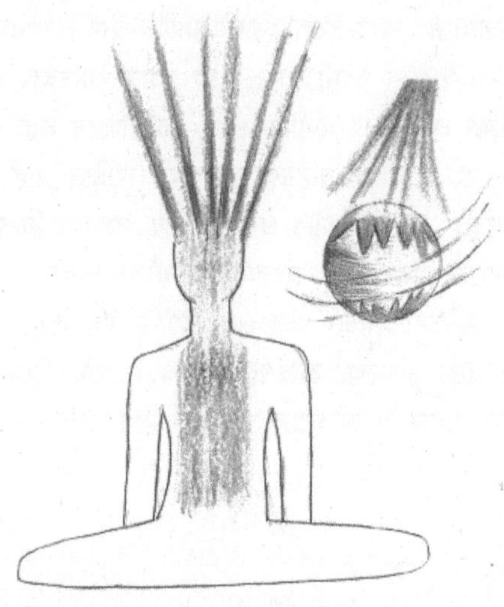

शारीरिक पातळीवर सौर उर्जेचे खालच्या दिशेने होणारे वहन.

सौर उर्जा (प्राण शक्ति)

असे म्हणता येईल कि ही प्राण शक्ति चराचरांत भरुन राहिलेली आहे आणि ती प्रत्येक वस्तूंवर सतत कार्य करत असते. त्या दैवी प्रकाशापासून आलेली ती शक्ति (सूर्यामागचा सूर्य) व त्याच्या दैवी शक्तिच्या प्रकटीकरणामुळे तुमचा अध्यात्मिक स्वभाव दृष्य स्वरुपात येतो. सूर्याची व अखिल ब्रह्मांडाची उत्पत्ती करणाऱ्या त्या शक्तिची कल्पना आपल्या पूर्वसूरींना होती.

वर दाखवलेल्या चित्रात ती सौर उर्जा कशा तऱ्हेने या भौतिक पातळीवर वरुन खाली वाहाते हे दाखवले आहे. सूर्याचे हे चुंबकीय किरण पृथ्वीवर आपटतात व पृथ्वीच्या पृष्ठभागातून थेट भूगर्भांत प्रवेश करतात आणि वनस्पति विश्वाची उत्पत्ती करतात आणि ही सूर्याची उर्जा बियांमध्ये शोषली जाऊन त्यामधील पदार्थ खाली ढकलतात व त्याची मूळे बनतात.

या प्राण शक्तीची कल्पना येण्यासाठी तीचा अनुभव घेण्यासाठी व तीच्यावर ताबा मिळवून तीचा योग्य उपयोग करता येण्यासाठी तुम्ही तुमच्या जीवनात व शारीरिक पातळीवर तीचा शोध घेतला पाहिजे.

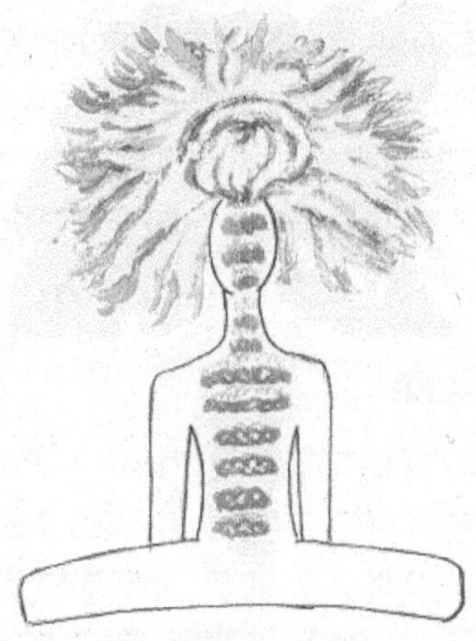

सौर उर्जा चक्रांना व सहस्त्रार केंद्राला प्रभावित करते.

ही सौर उर्जा आपल्या जीवनात शारीरिक पातळीवर ज्ञानतंतूच्या केन्द्रातून – चक्रांतून, सूक्ष्म शरीरात प्रकट होते आणि नंतर ती मज्जारज्जूतून वर मेंदूपर्यंत प्रवाहित होते. इथे या उर्जेचे प्रवाह एकत्र येऊन अध्यात्मिक जाणीव तयार होते. ही अधोगामी सौर उर्जा शरीरात शोषली जाते आणि मेरूदंडाच्या उजव्या व डाव्या बाजूला असणाऱ्या दोन शीरामधून खाली वाहाते. डाव्या बाजूच्या शीरेला 'ईडा नाडी' व उजव्या बाजूच्या शीरेला 'पिंगला नाडी' असे म्हणतात. ईडा मानसिक जाणीवेच्या पातळीवर व पिंगला शारीरिक शक्तिच्या पातळीवर काम करते. या दोन नाड्या मेंदूच्या दोन भागाला माहिती पुरवतात व मेंदू त्या प्रमाणे शरीरातील सर्व हालचाली नियंत्रित करतो. याचा अंतीम परिणाम असा होतो की ही सौरउर्जा वरच्या दिशेने मधल्या नाडीतून (जीला सुषुम्ना नाडी म्हणतात) वाहू लागते. ही उर्जा वाहाताना चक्रांना उत्तेजित करते. ही चक्रे सौर उर्जेची उष्णता त्यांच्यात साठवून ठेवतात. मेंदू व मज्जासंस्था यांनी बनलेल्या शारीरिक रचनेत अशी अनेक केन्द्रे पुनर्जीवित होण्याची वाट पहात असतात. ते काम योग्य श्वसनाद्वारे साध्य होते. हा परिणाम सर्व प्रथम शारीरिक पातळीवर जाणवतो व आपल्याला निरोगी जीवनाचा अनुभव येऊ लागतो. तसेच मानसिक पातळीवर आनंद व ऊर्जावान आणि सरतेशेवटी वैश्वीक नियमांचे अधिक चांगले ज्ञान झाल्यामुळे त्या वैश्वीक शांततेत आपण मग्न होतो.

खालच्या दिशेने वाहाणाऱ्या कुंडलीनी शक्तिच्या प्रवाहामुळे शारीरिक पातळीवर बदल घडून येतात. जीवनातील चढ-उतार, राग-लोभ, फायदे-तोटे, नातेसंबंध वगैरेंचा अनुभव घेत घेत एक सर्व सामान्य जीवन आपण जगत असतो, खरतर आपण जीवनांतील सर्व प्रकारांच्या सुखदुःखाच्या भावनात न गुंतता त्या सुखदुःखाचा अनुभव अलिप्तपणे घेवू शकतो.

उर्ध्वगामी कुंडलिनी शक्ति

मज्जारज्जूच्या मूळाशी सुप्तावस्थेत असलेल्या शक्तिला **'कुंडलिनी शक्ति'** असे नामाभिधान आहे. सुप्तावस्थेत असताना ही शक्ति साडेतीन वेटोळी घातलेल्या सर्पाच्या प्रतिकात्मक रुपात आहे असे मानले आहे. जेव्हा ही शक्ति जागृत होऊन वरच्या दिशेने प्रवाहित होते व सुषुम्ना नाडीतून क्रमाक्रमाने मुलाधार, स्वाधीष्ठान, मणीपूर, अनाहत, विशुद्धी व आज्ञा चक्रांत वाहात वाहात शेवटी सहस्त्रार चक्रातून शुद्ध जाणीवेत ती विलीन होते.

जागृत झालेल्या उर्ध्वगामी कुंडलिनीची विविध रुपे.

कुंडलिनी कशा प्रकाराने जागृत होते? दोन प्रकाराने ती जागृत होते. एक प्रकार म्हणजे अगदी नैसर्गिक पद्धतीने आणि दुसरा प्रकार सद्‌गुरुंच्या मार्गदर्शनाखाली. ही जागृति अचानक, एकदम आणि आश्चर्यकारक रितीने अनुभवाला येते. मात्र असा अनुभव क्वचितच येतो. या शक्तिच्या प्रकट होण्यामुळे उत्कट उत्साहाचा, पराकोटीच्या आनंदाचा अनुभव येतो.

स्फोटक रुपांत जागृत होत असणारी कुंडलिनी शक्ति

अनेक साधकांना कुंडलिनी जागृत झाली असताना वेगवेगळ्या तऱ्हेचे अनुभव येतात. ही शक्ति जागृत झाल्यावर दिसणारी वेगवेगळी दृष्ये वर दाखविली आहेत. पाचूप्रमाणे हिरव्या रंगाचा सर्प मेरू दंडातून वरवर जात आहे किंवा एखाद्या मोठ्या भांड्याच्या तोंडाप्रमाणे असलेल्या त्याच्या तोंडातून अग्नीच्या ज्वाळा बाहेर पडत आहेत.

अशा तऱ्हेने शरीर-मन व्यवस्थेचे शुद्धीकरण कुंडलिनीने पूर्ण केले की शुद्ध सोनेरी प्रकाशाप्रमाणे वरवर जाणाऱ्या सर्पाची भावना अनुभवास येते.

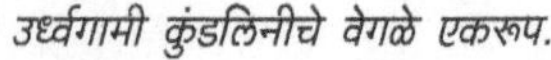

उर्ध्वगामी कुंडलिनीचे वेगळे एकरूप.

प्रकाशमय शरीर किंवा सोनेरी सर्प.

कुंडलिनी शक्ति आणि चक्रे शरीरात अदृष्य रुपात असतात पण त्यांना संबंधित अशी इंद्रियस्थळे शरीरात असतात. आपल्याला चक्रांचे अस्तित्व जाणवत नाही. तसेच कुंडलिनी शक्तीचे अस्तीत्त्व जाणवले पाहिजे असे नाही. तिच्या मार्गामध्ये काही अडथळा असला तरच तिचे अस्तित्त्व जाणवते.

ज्यावेळी कुंडलिनी जागृत होते त्यावेळी आपल्या स्थूल शरीरात काही बदल घडून येण्याच्या प्रक्रिया चालू होतात. शरीरातील पेशी उत्तेजीत व टवटवीत होऊन बदल घडून येतो. श्वसन प्रकार हे ईडा, पिंगला व सुषुम्ना या नाड्या शुद्ध होण्याच्या उद्देशाने तयार केले आहेत. म्हणजे ज्यावेळी कुंडलिनी शक्ति जागृत होईल त्यावेळी तिच्या प्रवाहाला कोणताही अडथळा येणार नाही.

माझ्या स्वतःच्या अनुभवावरुन माझी अशी खात्री झाली आहे कि हे श्वसन प्रकार अशा तऱ्हेने रचले आहेत की या जागृतिसाठी शरीर व मन सक्षम होईल.

शेवटी साधकाने साधनेच्या गाठलेल्या पातळीवरच कुंडलिनी शक्तिची जागृति पूर्णपणे अवलंबून असते. श्वसनाच्या पहिल्याच प्रकाराचा सराव करतानासुद्धा हे होऊ शकते किंवा बऱ्याच कालावधी नंतरही हे होऊ शकते. तसेच हे सर्व त्या साधकाच्या दृढ निश्चय, तीव्र इच्छा आणि विचार यावरही अवलंबून असते.

प्रकरण तिसरे

कुंडलिनी जागृतिची लक्षणे

"माझ्या तिबेटीयन गुरुंकडून मी एक सर्वात महत्त्वाची गोष्ट अशी शिकलो कि ज्या स्त्री-पुरुषांना त्यांना स्वतःला जे प्रत्यक्ष दैवी अनुभव आले त्याला अनुसरून या अध्यात्मिक मार्गावरील रूढी त्यांनी पाडल्या. मला हे माहित आहे कि असे अनेक मार्गदर्शक व शिक्षक होते कि जे साधकांना त्यांच्या या अध्यात्मिक मार्गात येणाऱ्या अडचणी, धोके व जवळचे मार्ग दाखवत असत. अनुभवी मार्गदर्शक साधकांना हे मार्ग समजावून त्या मार्गावर त्यांची प्रगति होण्यासाठी मदत करत असत. आपण त्यांच्या अनुभवावरुन शिकू शकतो आणि ते आपल्याला या मार्गाविरुन जाण्यासाठी उद्युक्त करतात व या सुंदर, प्रेमळ अध्यात्मिक जीवनाचा आदर्श घालून देतात. हे नुसते असे म्हणण्यासारखे नाही कि येशूने किंवा दलाई लामाने असे केले. पण आजकाल असे सक्षम अध्यात्मिक शिक्षक आहेत कि जे स्वतः याचा अनुभव घेतात."

— लामा सूर्य दास

उर्ध्वगामी कुंडलिनी बद्दल मिळणारे ज्ञान हे प्रत्येक साधकाच्या त्याला येणाऱ्या अनुभवाप्रमाणे भिन्न भिन्न असते. उदाहरणादाखल सांगायचे तर माझ्या पूर्वीच्या पुस्तकांत सांगितल्याप्रमाणे अनुभव व दृष्ये तशीच्या तशी तुम्हाला तुमच्या ध्यानामध्ये (जर तुम्हाला ध्यानामध्ये दृष्ये दिसत असतील तर) दिसतीलच असे नाही. बहुदा साधकाला ध्यानामध्ये येणारे गुढ अनुभव व दिसणारी प्रतिके ही त्या त्या साधकाच्या धार्मिक व सांस्कृतिक संस्काराशी निगडीत असतात. एखाद्या हिंदू साधकाला शिवासंबंधी किंवा त्याच्या आवडत्या दैवतासंबंधीची दृष्ये दिसतील, ख्रिश्चनाला येशू किंवा मेरी, स्थानिक अमेरिकन माणसाला एखाद्या पशुपक्षाचे (पवित्र कावळा), म्हैस किंवा लांडगा या बद्दल. हिंदूला त्रिशूळाचे, ख्रिश्चनाला क्रॉसचे, झोरास्ट्रीयनाला अग्निचे, स्थानिक अमेरिकनाला डोक्यात घालण्याच्या दागिन्याचे प्रतिक दिसेल. ह्या प्रतिकांना त्यांचा स्वतःचा असा एक अर्थ असतो व ती त्या साधकाचा पूर्व इतिहास व त्यांच्या वंश, परंपरा व रूढी यांच्याशी निगडीत असतात.

कुंडलिनी जेव्हा वरून खालच्या दिशेने वाहाते आणि शारीरिक पातळीवर खाली खाली जाते त्यावेळी आपल्या जाणीवांत बदल घडवून आणते. दुसऱ्या कोणत्याही सामान्य माणसाप्रमाणे तुम्ही तुमच्या कुटुंबासंबंधीची व मित्रासंबंधीची तुमची कर्तव्ये आणि बंधने पार पाडताना सर्वसामान्याप्रमाणे जीवन जगत असता. आशा-आकांक्षा, प्रेम वगैरे या सर्वांच्या अनुभवातून तुम्ही जात असता. तुम्ही तीव्र इच्छा आणि क्रोध, आसक्ति या भावनांचा अनुभव एखाद्या त्रयस्त माणसाप्रमाणे घेत असता, तुम्ही त्या भावनांमध्ये गुरफटून न जाता शारीरिक व मानसिक त्रास करून न घेता त्यांचा फक्त अनुभव घेत असता. एखादा नट ज्याप्रमाणे त्याची भूमिका करत असतो तसेच काही तरी. हे सर्व शक्य होते कारण खालच्या तीन चक्रामुळे मिळालेल्या ज्ञानाचा व अनुभवाचा योग्य तऱ्हेने व त्याच्या आहारी न जाता केलेला उपयोग.

तुमच्या सरावाचे वेळी फक्त आज्ञा चक्रच प्रभावित व जागृत होऊ शकते. अशा वेळी आपली जाणीव अज्ञात विश्वात जाते आणि तुम्हाला चित्र-विचित्र आकृत्या, राक्षसी किंवा दैवी शक्ति दिसू लागतील. तुम्हाला अशा अनेक गोष्टी दिसतील किंवा ऐकू येतील की त्यांचे स्पष्टीकरण करता येणार नाही. यामुळे गोंधळून किंवा घाबरून जाण्याचे काहीच कारण नाही. हे सर्व तुमच्या मानसिक अवस्थेचे परिणाम आहेत. या सर्व गोष्टी असत्य असल्यामुळे व त्यापासून काहीच हानी किंवा फायदा होणार नसल्यामुळे आपण त्या विसरल्या पाहिजेत. तुमच्या गतस्मृतीत साठवलेल्या गोष्टी आता प्रकट होत आहेत. फक्त तुम्ही त्यांचे निरीक्षण करा, बघा आणि विसरून जा.

कदाचित तुम्हाला **'नाद'** (दैवी आवाज) ऐकू येईल, प्राणायामाच्या सरावामुळे तुमच्या नाड्या शुद्ध झाल्याचा हा परिणाम होय. आपली कर्णेंद्रिये ऐकू शकत नाहीत असा एक तऱ्हेचा दैवी सूक्ष्म आवाज आहे. 'चीन-चीन्' अशा तऱ्हेचा जणू रातकिड्याने केलेल्या आवाजासारखा आवाज तुम्हाला सतत ऐकावयास येईल. तसेच घंटानाद, वीणानाद, ढोल, सोसाट्याच्या वाऱ्याचा किंवा ढगांच्या गडगडण्याचा, विजेच्या कडकडाटाचा असे आवाजही ऐकू येतील. हे सर्व आवाज अनाहत चक्रामधून उत्पन्न होतात कारण प्राणाची हृदयातील कंपने हे होय.

पांढरा, पिवळा, लाल, निळा, हिरवा किंवा धुरकट रंग अशा अनेक प्रकारांचा प्रकाश दिसेल. अशा तऱ्हेचे वेगवेगळ्या रंगांचे प्रकाश दिसण्याचे कारण म्हणजे तुम्ही शारीरिक जाणीवेतून पुढच्या वरच्या जाणीवेत जात आहात.

जर तुमचे डोळे गरगर फिरू लागले, जीभ मागे वळून टाळूला लागू लागली. तुमचे दात एकमेकावर आपटू लागले किंवा तुमचे शरीर कंप पावू लागले तर त्यात काळजी करण्याचे कारण नसून तुमची कुंडलिनी शक्ति जागृत होऊ लागल्याची ही पूर्व लक्षणे

आहेत. यामुळे तुम्ही घाबरून न जाता तुम्ही तुमची साधना तशीच चालू ठेवा कारण ह्या होणाऱ्या क्रिया म्हणजे शुद्धीकरण व परिवर्तन चालू झाल्याचाच एक भाग आहे.

तुम्हाला तुमच्यावर आघात झाल्यासारखे वाटेल पण तो फक्त आभास असेल, जर तुमचे विचार स्पष्ट असतील व घटनांचा योग्य समज तुम्हाला आला तर या सर्व घटना आपोआपच विरुन जातील. तुम्हाला असे वाटत असेल कि तुम्हाला कोणीतरी टोचत आहे अशी किंवा उष्णतेची किंवा थंडपणाची भावना होईल. अशा वेळी तुम्ही शांत आणि स्तब्ध राहिलात तर तुम्हाला हे सहन होईल व त्या शक्तिला तीचे कार्य करण्यास सुलभ जाईल. तुमच्या डोळ्यांभोवती दुखू लागेल किंवा भृकुटी मध्यावर (तिसरा डोळा) दाब जाणवेल तरी काळजीचे कारण नाही. त्या भागातील शक्तिच्या प्रवाहाला झालेल्या अडथळ्यामुळे हे सर्व होते. कालांतराने हे अडथळे कमी होऊन शक्तिचा प्रवास जास्त सुरळीत होऊ लागेल.

तुमच्या शरीराला काही वेळा धक्के बसतील. काही वेळा जोराचे. कुंडलिनी शक्ति ही सूक्ष्म शरीरातील शक्ति आहे. जेव्हा ही शक्ति संकुचित असलेल्या सूक्ष्म शरीरात शिरते त्यावेळी एकदम आकुंचन पावल्यामुळे आपल्या शरीराला धक्का जाणवतो. जर तुम्ही एखाद्या शारीरिक स्थितीत अडकलात तर फक्त त्याकडे लक्षपूर्वक बघत राहा त्यातून आपोआपच सुटका होईल. तुम्ही हे विसरू नका कि तुम्ही तुमच्यात बदल घडवून आणण्याच्या प्रयोगात प्रवेश केला आहात. हे सर्व करण्यासाठी तुमच्यातील सर्जनशील प्रज्ञा तुमची पुनर्रचना करण्याचे अतीशय कठीण काम करत आहे. त्या सर्जनशील प्रज्ञेला हे अचूक माहित आहे कि काय करायचे व तुमची सहनशीलता किती आहे. जागृत कुंडलिनी शक्तिला पूर्णपणे शरण जाऊन ह्याचा आनंद तुम्ही अनुभवू शकता. ही शरणागति म्हणजे एखाद्या दुर्बल किंवा अनुत्साही वा निर्जीव व्यक्तिची शरणागति नाही.

हे सर्वात महत्त्वाचे आहे कि तुम्ही तुमची साधना अतीशय प्रामाणिकपणे व काळजीपूर्वक केली पाहिजे नाहीतर अकाली जागृत झालेली कुंडलिनी शक्ति ज्या चक्राशी ती संबंधीत आहे त्या चक्राच्या शक्तिपेक्षा कितीतरी पटीने शक्ति तयार होण्याचे धोके संभवतात. अकाली जागृतिमुळे एखाद्या साधकाच्या अतृप्त भावना, अपुऱ्या इच्छा व नकारात्मक वृत्ती यामध्ये बऱ्याच मोठ्या प्रमाणात वाढ होते.

जर तुम्हाला अशी भिती वाटत असेल तर सर्वांत उत्तम म्हणजे तुम्ही तुमची साधना बंद करुन पूर्ववत जीवन जगण्यास सुरूवात करावी, जो पर्यंत तुम्हाला याचा नीट उलगडा होत नाही आणि तुमची मानसिक, भावनिक व शारीरिक स्थिती संतुलित होत नाही. ज्यावेळी तुम्हाला संतुलीत असल्याचा विश्वास वाटेल त्यावेळी तुमची साधना परत सुरू करू शकता.

प्रकरण चौथे

मनाला शक्तिशाली बनवणे

श्वास व त्याचे महत्त्व तुमच्या सुप्त किंवा अचेतन मनावर अगदी खोलवर भिनेपर्यंत आणि योग्य श्वसन ही तुमच्या दररोजच्या जीवनक्रमाचा एक अविभाज्य घटक होईपर्यंत परत परत वारंवार त्यावर भर दिला जातो व त्याची आठवण करून दिली जाते. आपले जीवन हे पूर्णपणे श्वासावरच अवलंबून आहे. निसर्गातील प्रत्येक गोष्ट एका ठराविक तऱ्हेने स्पंदन पावत असते. तुलनेने आपण मनुष्यप्राणि अन्नाशिवाय बराच जास्त काळ, पाण्यावाचून त्यापेक्षा कमी काळ आणि श्वासाशिवाय फारच कमी काळ जगू शकतो. योग्य श्वसनाने होणारे फायदे शब्दांत वर्णन करणे अशक्य आहे. त्यांचा अनुभवच घ्यावा लागतो. एका धार्मिक संस्थेच्या लहान पुस्तीकेत दिलेल्या अनेक अभ्यासक्रमांपैकी कोणता अभ्यासक्रम करावा याबद्दल *"दि पॉवर ऑफ नाऊ"* याच्या लेखकाला (Eckhart Tolle) यांचा सल्ला विचारला असता त्यांनी असे सांगितले कि सर्वच अभ्यासक्रम फार चांगले आहेत. पण मला येवढेच माहित आहे कि जेव्हा जेव्हा शक्य असेल तेव्हा तेव्हा तुम्ही तुमच्या श्वासावर लक्ष ठेवा, असे तुम्ही एक वर्षभर करा आणि तुमच्या लक्षात येईल की या सर्व अभ्यासक्रमांपेक्षा हेच सर्वात फायद्याचे आहे आणि परत ते विनामूल्यही! एका विचारा मागोमाग अखंडपणे येणाऱ्या विचारांच्या गर्दीत एका लक्षपूर्वक केलेल्या श्वसनामुळे त्या विचार शृंखलेत थोडासा खंड पडेल आणि थोडीशी रिकामी जागा तयार होईल.

ध्यानासंबंधी तुमच्या असे लक्षात येईल कि प्राथमिक पाठ आणि बोधवचने तुम्हाला तुमचे तारुण्य टिकवून सुदृढ निरोगी दिर्घायुष्य जगण्यासाठी मार्गदर्शन करतात. जो पर्यंत आपण आपल्या इच्छेप्रमाणे शरीर निरोगी ठेवण्याचे तंत्र आत्मसात करत नाही तोपर्यंत आपण आपल्या इच्छेची पूर्तता करू शकणार नाही. म्हणून आपण उगीच प्रश्न व शंका काढत बसू नका. साधना चालू ठेवा म्हणजे आपोआपच सर्वाचा उलगडा होईल.

"मी कोण आहे? मी कोठून आले?" हे समजून घेण्याच्या एकाच ध्यासापोटी मी हा अभ्यासक्रम सुरू केला आणि मी खात्रीपूर्वक सांगते कि जे मला पाहिजे होते ते मला मिळाले. "शोधा म्हणजे सापडेल. मागा म्हणजे मिळेल." हा ह्या अभ्यासक्रमातील एक साधा नियम आहे. नुसतेच बौद्धिक पातळीवर विचार करण्यापेक्षा जर तुम्ही त्याचा प्रत्यक्ष सराव केलात तरच त्याचा अनुभव तुम्हालाही येईल. समजून घेण्याची तीव्र इच्छा आणि तुमच्या ध्येयाच्या पूर्ततेसाठी तीव्र तळमळ आणि ते ध्येय तुम्ही गाठणारच अशी तुमची पक्की खात्री असली पाहिजे.

नेहमी आपण प्रथम विचार, नंतर भावना व सरतेशेवटी कृति असे करतो. कारण तुम्हाला ते शक्य आहे असे वाटते ह्या समजूतीने मनामध्ये पक्के मूळ धरले पाहिजे आणि नंतर ती संवेदना भावनेच्या स्तरावर पाठवली पाहिजे. तुम्हाला ती भावना समजली पाहिजे. तुम्ही ती भावना जगली पाहिजे आणि ती तुमच्या जाणिवेत शिरली पाहिजे. तुम्हाला ह्याची पूर्ण खात्री पाहिजे की जे तुम्हाला वाटते ते सत्य आहे. जे तुम्हाला वाटते त्याप्रमाणे तुम्ही तुमचे जीवन घडवाल. या दृढ विश्वासाशिवाय तुम्हाला जे पाहिजे ते तुम्ही करू शकणार नाही. तुम्हाला जे प्राप्त करायचे आहे ते तुम्ही मिळवू शकणार नाही. तुम्ही तुमची प्रगति करू शकणार नाही, म्हणून तुम्ही खालील प्रयोग भावनेसहित करा.

डोळे बंद करा आणि विचार करा. "मी माझ्या जीवनाचा स्वामी आहे. मला जे करण्याची इच्छा आहे ते मी करतो." आता हे तुम्ही मोठ्याने आणि वारंवार म्हणा. थोडी विश्रांति घ्या. आता परत जास्त भावनेसहित म्हणा. अशा तऱ्हेने म्हणा की तुम्ही तुमच्या जीवनाचे स्वामी आहात. फक्त मीच. दुसरा कोणीही नाही. पुढे म्हणा. "मी आनंदी व प्रसन्न आहे. ही जाणीव पूर्वी मला कधीही झाली नव्हती. पण आता मला हे समजले आहे! माझ्या सर्व शक्तिनिशी मला असे वाटते कि मीच माझ्या जीवनाचा स्वामी आहे – आणि खऱ्या अर्थाने मी त्याप्रमाणे जगत आहे.

मी माझ्या जीवनाचा स्वामी आहे आणि त्याप्रमाणे खरोखरच मी जगण्यास सुरूवात करीन ही किंवा दुसरी कोणतीही इच्छा नुसती बघून चालणार नाही तर त्याची जाणीव पक्की झाली पाहिजे आणि मनावर पक्की झालेली ती जाणीव कल्पनेमध्ये गेली पाहिजे.

कल्पनाशक्ति ही तुमची सृजनशील शक्ति आहे. तुम्ही तिचा उपयोग कसा करायचा, तिच्यावर ताबा कसा मिळवायचा, तिला वळण कसे लावयचे हे तुम्ही शिकले पाहिजे तिला वळण लावले नाहीत तर ती तुम्हाला वळण लावील. हे तुम्ही

लक्षात ठेवा कि ही सर्जनशील शक्ति तिला जसे वळण लावावे तसे ती वागते.

तुम्ही तिला जर वळण लावले नाही तर ती तुम्हाला तुमच्या रुढी, चालिरीती आणि नकारात्मक समजूती, नाराजी, रोग, मरण आणि नाश अशा गोष्टींचे स्मरण देईल. आपण सामाजिक रूढी व चालीरिती या व्यवस्थेचे एक भाग असतो आणि जेव्हा तुम्ही या चालीरिती व रूढी कोणत्याही शंकेशिवाय स्विकारता तेव्हा तुम्ही या चालीरिती व रूढींच्या परिणामांपासून अलिप्त राहू शकत नाही.

पाठ करा आणि म्हणा

"मी माझ्या जीवनाचा स्वामी आहे!
मी माझ्या इच्छेप्रमाणे कोणतीही गोष्ट करू शकतो!"

"मी माझ्या जीवनाचा स्वामी आहे!
मी माझ्या इच्छेप्रमाणे कोणतीही गोष्ट करू शकतो!"

"मी माझ्या जीवनाचा स्वामी आहे!
मी माझ्या इच्छेप्रमाणे कोणतीही गोष्ट करू शकतो!"

"मी आनंदी आहे – या आधी मला कधीहि असे वाटले नव्हते!
माझ्या सर्व शक्तिनुसार मला असे वाटते कि
मी माझ्या जीवनाचा स्वामी आहे आणि सर्वार्थाने मी ते अनुभवत आहे!"

मन

आपल्याला जे जे माहित आहे ते ते सर्व आपल्या विचारांच्या मार्फत आपल्याला कळते. आपल्याला कशाचा तरी विचार करावा लागतो किंवा दुसऱ्या शब्दांत असे सांगता येईल कि आपल्याला अशी एखादी गोष्ट पाहिजे की तिच्या आधारे आपण विचार करू शकू – ती गोष्ट म्हणजे आपले **"मन"**. अशी एखादी दृष्य स्वरुपातील वस्तु पाहिजे कि तिच्या मार्फत **"चैतन्य"** प्रकट होईल. काही दृष्य वस्तु आपण पाहू शकतो. त्याच प्रमाणे काही गोष्टी सूक्ष्म व अदृष्य असतात किंवा न जाणवणाऱ्या असतात. 'मन' हा एक अदृष्य स्वरुपातील पदार्थ असल्यामुळे तो आपण पाहू शकत नाही किंवा त्याला स्पर्श करू शकत नाही. अदृष्य स्वरुपातील या पदार्थापासून तयार होणाऱ्या पदार्थाला आपण 'मन'

किंवा 'विचार' म्हणतो आणि जोपर्यंत आपण शब्दांत किंवा आकारांत तो प्रकट करत नाही तो पर्यंत तो अदृष्यच असतो.

मनामध्ये आलेले विचार लगेचच बाहेर पडतात. मनात एक विचार आणा व तो त्याचवेळी वातावरणात पसरतो. जसे पिंडी तसे ब्रह्मांडी. हा उत्पत्तीचा नियम आहे. तुम्ही तुमचे विचार समजूतीच्या रुपाने अर्धज्ञात मनात साठवलेले असतात. तसेच विचार व समजूती एकत्रितपणे अज्ञात मनात साठवता. जसजसे आपण जीवनात पुढे पुढे जातो, आपण आपल्यासंबंधी काही कथा तयार करतो कि आपण कोण आहोत व आपल्या भोवतालचे जग आपल्या संदर्भात कसे असावे. आपण आपलीच एक हकीकत रचतो आणि अयोग्य समजूती जवळ करतो किंवा असे व्हायला पाहिजे, असे केलेच पाहिजे असे म्हणत बसण्यापेक्षा आता परिस्थिती कशी आहे याकडे बघावे. "माझी समजूत मला असे विश्वास ठेवण्यास भाग पाडते कि माझी समजूतच फक्त बरोबर आहे. जर ती काही बाबतीत मला बरोबर वाटत असली तरी ती तुमच्यासाठी सुद्धा बरोबरच आहे." दुसऱ्या माणसाच्या आयुष्याची वेगळीच कथा असू शकेल. किंवा त्याची विश्वास ठेवण्याची पद्धत भिन्न असू शकते. याचा विचार न करता आपल्या चुकीच्या समजूती किंवा आपले विचार दुसऱ्यावर कसे लादता येतील? ते विचार काही पुसून टाकून नाहिसे करता येत नाहीत. फक्त एकच उपाय आहे तो म्हणजे त्या विचारात पूर्ण बदल करणे आणि हे त्यावेळी शक्य आहे कि ज्यावेळी (मेंदूच्या) उजव्या व डाव्या बाजूच्या शक्तिचे संतुलन होईल.

बुद्धी आणि कल्पना

बुद्धी आणि कल्पना यामध्ये द्वंद्व असू नये. या दोन्ही गोष्टी अगदी भिन्न आहेत आणि त्यामध्ये तुम्ही गल्लत करू नये.

बुद्धी

बुद्धी काहीही उत्पन्न करू शकत नाही. पण कल्पनाशक्ति उत्पन्न करू शकते. बुद्धी विचार करते, निर्णय घेते व या इथेच बुद्धीचे कार्य संपते. कल्पनाशक्ति विचार करत नाही. ती हे करूच शकत नाही. म्हणून जेव्हा बुद्धी म्हणते की, "मला तरुण व्हायचे आहे आणि तरुणच राहायचे आहे. पण मला शंका येते की मी ते करू शकणार नाही" ही आपल्या समजूतीला अनुसरून दिलेली एक सूचना आहे. "मी करू शकणार नाही" ह्या विचारामुळे नकारात्मक भावना तयार होते

आणि त्याचा परिणाम म्हणून तुमची इच्छा तेथेच संपुष्टात येते. म्हणून बुद्धीला असे खात्रीपूर्वक वाटले पाहिजे कि 'मला तरुण होणे शक्य आहे.'

'विचार' ही या जगातील सर्वात मोठी शक्ति आहे. विचार हे जीवनाचे एक प्रमुख कारण आहे. गति आणि कृति हे त्या कारणाचे (विचाराचे) दृष्य स्वरुप आहे.

कल्पनाशक्ति

तुमची कल्पनाशक्ति ही तुमच्या जीवनातील अद्‌भूत काम करणारी एक शक्ति आहे. तुम्हाला हे माहित आहे की तुम्ही जसा विचार करता तसेच किंवा तुमच्या कल्पनेप्रमाणे आहात. तुम्ही जे तुमचे प्रतिबिंब आरशामध्ये पहाता ते तुम्ही कसे दिसावे या तुमच्या कल्पनेप्रमाणे असते. कल्पनाशक्ति तुमच्या मधील सर्जनशील दैवी शक्ति आहे. तुम्ही जसा विचार करता तसेच तुम्ही होता. ज्या क्षणी तुमचे विचारात बदल करता तसेच तुम्ही बदलता. तुमची कल्पना तुमच्यातील अशी एक शक्ति आहे कि ती अशी चित्रे रंगवते, दृष्ये दाखवते कि त्यामुळे तुम्ही काय करू शकता याच्या अतीशय आकर्षक कल्पना तुम्हाला स्फुरतात. परंतु कल्पनाशक्ति उहापोह किंवा विश्लेषण करू शकत नाही.

जेव्हा कल्पना अदृष्य कलाकाराच्या मोठ्या आकर्षक अशा वेगवेगळ्या योजना, आशा, आकांक्षा, दृष्ये यांच्यासह नकळत तुमच्या मनात शिरते आणि तुम्हाला सांगते की तुम्ही एक असामान्य व्यक्ति बनू शकतात, तुम्ही पूर्वी कधीही न केलेले काम करू शकता. तुम्हाला सांगते कि तुम्ही आता जे करत आहात ते काम यापेक्षा अती उत्तम प्रकारे करू शकता, तुम्हाला सांगते कि तुम्ही आरोग्य संपन्न आणि सुखी होऊ शकता आणि जास्त संपत्ती मिळवू शकता, तुम्ही तुमच्या सध्याच्या कार्यक्षेत्रात पूर्वी अशी कोणतीही न झालेले श्रेष्ठ व्यक्ति व्हाल – असे ऐकून तुम्ही एकदम हरकून जाल. या सर्व गोष्टी तुमच्या मनात शिरतात व तुम्हाला अतीव आनंद होतो. या स्थितीत गेल्यावर तुमच्या आसपासच्या परिस्थितीची जाणीवच नाहीशी होते. तुम्हाला अतीशय आनंद होईल. तुम्ही विजयी झाल्यासारखे वाटेल. तुम्ही जगत्‌जेता झाल्यासारखे वाटेल. तुम्ही आशावादी व्हाल. तुम्ही आशादायक जीवन जगाल आणि अत्यंत सुखी व्हाल. तुम्ही ज्यावेळी ही प्रसन्नता व यश याचा आनंद घेत असाल त्यावेळी आसपासचे जग तुम्ही विसरून जाल. तुम्हाला तुम्ही चांगले आहात – तुम्ही आणखी काही करू शकता – तुम्ही तुमच्या इच्छेप्रमाणे दिर्घायुष्यी होऊ शकता

– तुम्हाला जे वाटते ते तुम्ही होऊ शकता आणि तुम्हाला जे वाटते ते तुम्ही करू शकता असा संदेश यामधून तुम्हाला मिळेल.

आता यानंतर जेव्हा तुम्ही म्हणता, "होय. मला असे वाटते कि, आहे त्यापेक्षा मी खूप मोठा बनू शकतो पण मला हे माहीत आहे कि तस करू शकत नाही." हे म्हणता क्षणीच कल्पनाशक्तिने केलेली अतीशय उदात्त इच्छा लगेचच नष्ट होते. "मी हे करू शकत नाही" ही कल्पनेला नकारात्मक सूचना मिळते व तुमची इच्छा एकदम नष्ट पावते. म्हणून कल्पना व विचार (बुद्धी) यामध्ये विरोध (द्वंद्व) असता कामा नये.

सुरूवातीच्या काळात ह्या श्वसन प्रकारांच्या व त्या संबंधीत बोधवचनांच्या अभ्यासामध्ये आपले जीवन अमर असल्याबद्दलची भावना आपल्या मनात दृढ केली पाहिजे. अमर जीवन! अमर जीवन! आपण या गोष्टीला महत्त्व दिले पाहिजे कि तुम्हाला आणि मला जगण्याचा उपजत असलेला श्रेष्ठ अधिकार आपणास वापरता आला पाहिजे. आपल्यामध्ये असलेल्या शक्तिला जेव्हा आपण पूर्णपणे जाणू शकतो त्यावेळी त्या शक्तिवर आपण वर्चस्व मिळवतो आणि ती शक्ति आपल्याला रोग, असंतुलता आणि असमतोल या प्रत्येक पातळीवर तयार होणाऱ्या परिस्थितीचा प्रतिकार करण्याची शक्ति देते.

तुम्ही तुमच्या मनात अशा एखाद्या व्यक्तिची कल्पना करा की जी उत्साह, तारुण्य व शक्ति यांनी परिपूर्ण आहे आणि विश्वास ठेवा कि तुमच्यातील दैवी शक्ति अशा तऱ्हेने प्रकट होईल कि मानवी क्रिया व तुमच्या मधील सर्वश्रेष्ठ इच्छा एकत्र होतील. थोडक्यात सांगायचे तर शक्तिशाली व तुम्हाला आकर्षित करणारा सर्वोत्तम गोष्टीचा सुसंवाद साधणारा एखादा नेता.

तुम्ही असे कधीच म्हणू नका कि मी नवीन सुरूवात करू शकत नाही.

तुम्ही असे कधीच म्हणू नका कि जे तुम्ही करू इच्छीता ते तुम्ही करू शकत नाही.

तुम्ही असे कधीच म्हणू नका कि तुमच्यात अशी कमतरता आहे कि जे तुम्हाला व्हावे असे वाटते ते होणे अशक्य आहे.

तुम्ही तुमच्यावर दृढ विश्वास ठेवा कि तुम्ही जींकू शकता. अजून तुम्ही हे जाणत नाही की ज्यापासून हे जग बनले आहे तीच शक्ति तुमच्यात आहे. त्यामुळेच तुम्ही आहात.

प्रकरण पाचवे

प्राण आणि प्राणायाम

मणीपूर चक्रापासून आत वाहाणारा आणि आज्ञा चक्रांतून बाहेर पडणारा प्राणाचा मुक्त प्रवाह.

आपल्या ऋषीमुनींनी असे सांगितले आहे कि वातावरणातील एका घटकापासून ज्याला 'प्राण' किंवा 'जीवनशक्ति' म्हणतात त्या घटकापासून सर्व चराचर सृष्टी उत्पन्न झाली आहे. जेव्हा आपण प्राणशक्तिबद्दल बोलतो तेव्हा आपण श्वास, हवा किंवा प्राणवायु या बद्दल बोलत नसून मूळ जी जीवनशक्ति तिच्याबद्दल बोलत असतो. ही प्राणशक्ति सर्व व्यापी असून सर्व चराचरांत सामावलेली आहे. आपल्या सभोवताली असणाऱ्या वातावरणाचा ती एक घटक असल्यामुळे आपण ती श्वासोच्छासाद्वारे सतत आत घेत असतो. आपल्या स्थूल शरीरामध्यें **"प्राणशक्ति"** आपल्या मेंदूमध्ये व मज्जातंतूमध्ये साठवली जाते. प्राणिक शक्ति ज्या वाहीनींमधून वाहात असते त्याना 'नाड्या' म्हणतात. त्या सूक्ष्म शरीरांत असतात व शीरा ह्या आपल्या स्थूल शरीरात असतात. ह्या नाड्या म्हणजे सूक्ष्म शरीरातील अत्यंत महत्वाच्या अशा एक प्रकारच्या शक्ति वाहून नेणाऱ्या वाहिनी आहेत आणि त्यांचा संबंध मुख्यत्वेकरुन

कोषांशी असतो. (आपल्या स्थूल शरीराभोवती अन्नमय, प्राणमय, मनोमय, ज्ञानमय आणि आनंदमय कोष असे पाच प्रकारचे कोष असतात.) बारीक धाग्यापासून बनलेल्या एखाद्या मोठ्या संदेशवाहक जाळ्याच्या सहाय्याने ह्या नाड्या शरीरातील सर्व भागांना सर्व दिशांना ही प्राणशक्ति पसरवित असतात.

योगशास्त्राप्रमाणे आपल्या शरीरात लहानमोठ्या एकूण ७२००० नाड्या असून त्यामध्ये १० नाड्या महत्त्वाच्या व ३ नाड्या अती महत्त्वाच्या मानल्या जातात. या तीन नाड्या म्हणजे ईडा, पिंगला व मध्यभागी असलेली सुषुम्ना नाडी होय. या

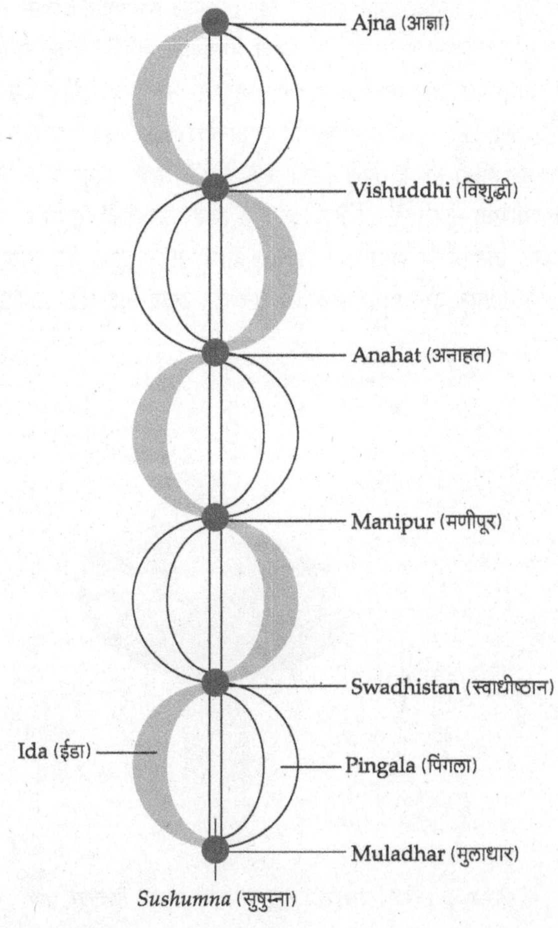

तीन नाड्या मज्जारज्जूच्या मुळाशी असलेल्या मुलाधार चक्रापासून उगम पावतात. 'प्राणशक्ति' ही मुलाधार चक्रापासून ईडा व पिंगला नाडीमधून काही प्रमाणात बाहेर पडते. ईडा व पिंगला या दोन्ही नाड्या मज्जारज्जूच्या दोन्ही बाजूनी प्रत्येक चक्राच्या ठिकाणी एकमेकींना छेदून वर जातात. (मागील पानावरील आकृती पहावी)

प्राणायामामध्ये आपण प्राणशक्तिचे वहन नियंत्रित कसे करायचे ते शिकतो.

ईडा ही मानसिक शक्तिचे तर पिंगला ही शारीरिक शक्तिचे वहन करते. ज्यावेळी श्वास जास्त प्रमाणात उजव्या बाजूच्या नाकपुडीतून वाहतो त्यावेळी पिंगला नाडी कार्यरत आहे असे म्हणतो व त्यावेळी जास्त प्रमाणात शारीरिक शक्ती जाणवते व डाव्या बाजूच्या नाकपुडीतून श्वास जास्त प्रमाणात वाहतो त्यावेळी ईडा नाडी कार्यरत आहे असे म्हणतात. त्यावेळी मानसिक शक्ति जास्त प्रमाणात वाहते व त्यामुळे मानसिक शांतपणा जाणवतो. सुषुम्ना नाडी ही अध्यात्मिक शक्तिची वाहक आहे. ज्यावेळी दोन्ही नाकपुड्यातून श्वासोच्छ्वास सम प्रमाणात चालू असतो त्यावेळी सुषुम्ना नाडी ही कार्यरत झाली असे म्हटले जाते. सुषुम्ना ही 'महाप्राणाची' म्हणजे अध्यात्मिक कुंडलिनी शक्तिची वाहक आहे. ज्यावेळी सुषुम्ना नाडी कार्यरत असेल ती वेळ कोणतीही साधना करण्यास योग्य व अनुकुल वेळ समजावी. अशा वेळी मन अगदी शांत व समतोल किंवा ध्यानमग्न अशा अवस्थेत आपोआपच जाते.

मोठ्या आकारात दाखवलेले सुषुम्ना नाडी भोवती फिरणारे चक्र.

थोडक्यात याचा सारांश असाः

पिंगलाः उजव्या नाकपूडीतून घेतल्या जाणाऱ्या प्रत्येक श्वासाबरोबर मज्जारज्जूच्या उजव्या बाजूला असणाऱ्या पिंगला नाडीतून सकारात्मक असा प्रवाह वाहू लागतो. ही सौर उर्जा असल्यामुळे शरीरात एक प्रकारची उष्णता तयार करते.

ईडाः डाव्या नाकपुडीतून घेतल्या जाणाऱ्या प्रत्येक श्वासाबरोबर मज्जा-रज्जूच्या डाव्या बाजूला असणाऱ्या ईडा नाडीतून नकारात्मक उर्जा वाहू लागते. यामुळे शरीरात एक प्रकारचा थंडपणा जाणवतो.

सुषुम्नाः मज्जारज्जूच्या मध्यभागी असलेली जणू सूक्ष्म शरीरातील मेरूदंड असलेली सोनेरी रंगाची नाडी सर्व नाड्या आणि सर्व चक्रे यांना शक्ति देते.

रक्त ज्या प्रमाणे हवेतील प्राणवायु (ऑक्सीजन) शोषून घेऊन सर्व शरीरभर तो पसरवते त्याप्रमाणे, शक्ति व चेतना यांच्यासह प्राण सर्व मज्जातंतुपर्यंत पोहचवला जातो. ज्यावेळी तुम्ही योग्य श्वसन करता त्यावेळी जास्तीत जास्त शक्ति आत घेता. ऋषीमुनी मनुष्याचे आयुष्य त्याच्या वयाप्रमाणे न मोजता त्यांनी घेतलेल्या श्वासाच्या संख्येवरुन ठरवत असत. कारण श्वास हे प्राणाचे वाहान आहे. म्हणून ऋषीमुनींनी श्वास घेण्याच्या अशा पद्धति शोधल्या कि ज्यामुळे मनुष्याचे जीवन समृद्ध होईल आणि तो जीवनावर विजय मिळवू शकेल.

प्राणाचे विविध गुणधर्म प्राणायामामुळे जाणवतात. प्राणायाम ही श्वसनाची अशी एक विशिष्ट पद्धत असून त्यामुळे शरीरांतील प्राणाचे प्रमाण व शक्ति बऱ्याच पटीने वाढते. प्राणायामाचे हे शास्त्र श्वास धरून ठेवण्याच्या (कुंभक करण्याच्या) क्षमतेवर आधारित आहे. श्वास धरून ठेवण्याच्या या क्रियेमुळे शरीरातील वेगवेगळ्या भागांतील मज्जातंतूवर दाब तयार होतो व मेंदूतून येणाऱ्या विचार लहरीवर ताबा मिळून मानसीक द्वंद्व कमी होते.

'प्राण' नावाची सौर उर्जा किंवा जीवन देणारे मुलतत्त्व हे सर्व चराचरात भरून राहिले आहे. त्याच्या सततच्या अस्तित्त्वामुळे वेगवेगळ्या जडत्त्वाच्या वस्तूमध्ये कमीजास्त शक्तिची कंपने तयार होतात. एखादा पदार्थ सूक्ष्म असला तर त्याचा वैश्वीक शक्तिला होणारा विरोध कमी असतो पण त्याची कंपने तीव्र असतात. प्राणाच्या वहनावर एखाद्याने प्रभुत्व मिळवले असेल तर शरीरातील सर्व इंद्रियांचे कार्य उत्तम चालते. त्या माणसाचा वैचारिक गोंधळ होत नाही. कुठल्याही परिस्थितीची उत्तम जाण त्याच्या ठायी येते व त्या परिस्थितीला तो योग्य तऱ्हेने हाताळू शकतो. अशा तऱ्हेने प्रत्येक विचार, कृति व प्रकटीकरण या मागचा हेतू तो जाणू शकतो.

पंचप्राण

"शरीरातील सर्व क्रिया सुसंगतपणे चालाव्या म्हणून 'प्राणशक्ति' ही तिच्या प्राण, अपान, समान, उदान आणि व्यान या मुख्य पाच प्रकारातून कार्यरत असते. उपनिषदांत प्राणवायूला आंतरश्वास, व्यान म्हणजे 'सर्व व्यापी श्वास', प्राण म्हणजे 'श्वास आत घेणे, अपान म्हणजे श्वास बाहेर सोडणे, समान म्हणजे श्वास आंत घेणे व बाहेर सोडणे या मधील काळ आणि उदान हे समान चे विस्तार असते. प्रत्येक वायु हा एकमेकावर अवलंबून असतो व एकमेकांशी जोडलेला असतो."

— स्वामी निरंजनानंद सरस्वती

प्राणः प्राणाचा एक प्रकार 'प्राण' नावाने ओळखला जातो आणि तो घसा आणि वायुपटल यामधील पोकळीत असतो आणि हृदय व फुप्फुसे यांच्या हालचालीवर नियंत्रण ठेवतो.

अपानः ओटीपोटाच्या वरच्या भागात नाभीच्या खाली असतो. मुत्रपिंड, मुत्राशय, आतडी, गुदद्वार व जननेंद्रिये यांच्यावर नियंत्रण ठेवतो.

समानः हा वायू बरगड्या व नाभी या भागात असून प्राण व अपान वायूंच्या एकमेकाविरूद्ध असणाऱ्या शक्तिंमध्ये समतोल साधण्याचे कार्य करतो. हा वायू पचनाच्या इंद्रियांवर नियंत्रण ठेवतो व त्यांचे कार्य चालण्यास व त्यामधील उत्पन्न होणाऱ्या स्त्रावावर नियंत्रण ठेवतो.

उदानः हा वायू हात, पाय व डोके या भागात असून स्पर्शेंद्रिये व कृति करणाऱ्या इंद्रियांवर ताबा ठेवतो. सहानभूति आणि त्यासारख्या भावना उत्पन्न करणाऱ्या मज्जातंतूच्या यंत्रणेवर नियंत्रण ठेवतो.

व्यानः शरीरात सर्वत्र असणाऱ्या उर्जेला व्यान म्हणतात. बाकीच्या चार प्राणांचे कार्य करण्यास शक्ति देण्याचे काम करतो. स्नायूंच्या सर्व हालचाली व उर्वरित प्राण यांच्या क्रिया नियंत्रीत करतो, ह्या क्रियांमध्ये समतोल साधतो.

पंचकोष (संरक्षक आवरणे)

शरीरातील पाच कोष व सहा चक्रे हा कुंडलिनी शक्तिचा पाया आहे. या शक्तिचे प्रकटीकरण या चक्रांच्याद्वारे होते. आत्मा या पाच कोषांच्या संरक्षक आवरणात असतो किंवा या पाच कोषांचे संरक्षक कवच आत्म्यासभोवती असते.

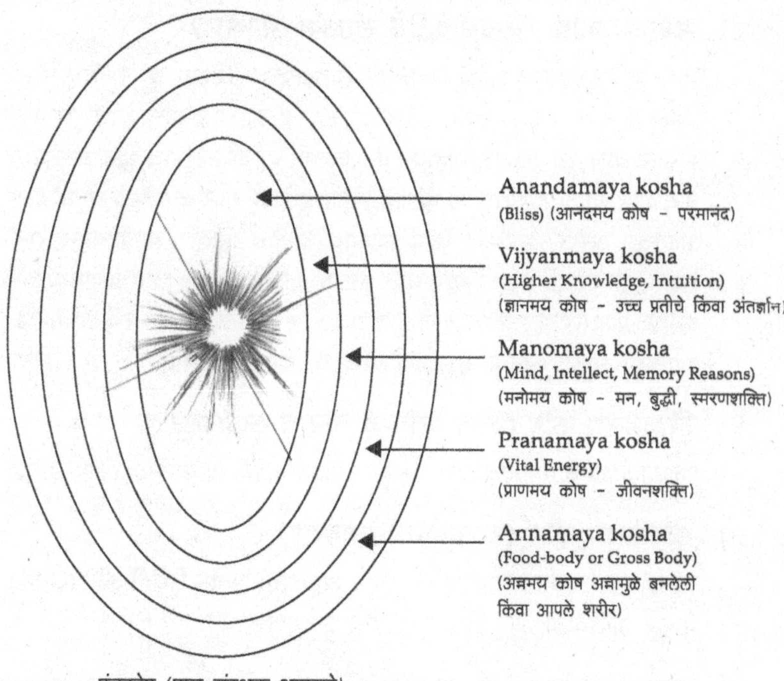

पंचकोष (पाच संरक्षक आवरणे).

१) अन्नमय कोष (अन्नाचे संरक्षक आवरण, आपले शरीर)

सर्वात बाहेरचे जाड आवरण म्हणजे आपले स्थूल शरीर म्हणजेच 'अन्नमय कोष' या कोषाची वाढ, स्थैर्य आणि आरोग्य आपण खात असलेल्या आहारावर – अन्नावर अवलंबून असते. त्यामुळे त्याला 'अन्नमय कोष' म्हणतात.

२) प्राणमय कोष (प्राणशक्तिचे संरक्षक आवरण, जीवनशक्ति)

प्राणमय कोष हा प्राण, अपान, उदान, व्यान आणि समान या पाचही प्राणांच्या शक्ति एकत्र येऊन बनतो. या पाच प्राणांच्या एकत्रित शक्तिमुळे भौतिक शरीर अशा एका पातळीवर येते कि शरीराच्या हालचाली व कृति करण्याची क्षमता त्यामध्ये येते. प्राण नसेल तर शरीर मृतवत होते. सर्व सूक्ष्म संवेदना प्राणमय कोषामुळे जाणवतात. प्राणमय कोषामुळे होणाऱ्या क्रियांपैकी श्वासोच्छावास ही एक प्रमुख क्रिया आहे.

३) मनोमय कोषः (मनाभावेतीचे संरक्षक आवरण)

मन, बुद्धी, अहंपणा आणि मनामध्ये साठवलेल्या कल्पना या सर्वांचा मिळून 'मनोमय कोष' तयार होतो. अन्नमय कोष व प्राणमय कोष याचा सन्मवय मनोमय कोषामुळे साधतो. बाह्यमन व आंतरमन या कोषावर अवलंबून असतात व बऱ्यावाईट गोष्टीचा संचय या कोषात होतो. बुद्धिचा वापर करण्याचे या कोषावर अवलंबून असते. मनोमय कोष प्राणमय कोषाचे आधारे ज्ञानेंद्रियांवर ताबा ठेवतो. ज्ञानेद्रियांना कार्य करण्याचे बळ व शक्ति देण्याचे काम प्राणमय कोष करतो. पण त्यातील कोणती गोष्ट करायची व कोणती नाही हे सर्वस्वी मनावर अवलंबून असते. मनाने सूचना दिल्यावरच प्राण ज्ञानेद्रियातून कार्यरत होतो.

४) विज्ञानमय कोष (उच्च प्रतीच्या ज्ञानाचे आवरण)

एकाद्या विषयाचे मर्म किंवा तथ्य जाणून घेण्याची शक्ति ही ज्ञानमय कोषात असते.

५) आनंदमय कोष (परमानंदाचे आवरण)

या कोषात 'आत्मानंद' अनुभवास येतो. आनंदाची अंतीम स्थिती जी 'परमानंद' म्हणून ओळखली जाते ती स्थिती येथे अनुभवास येते.

"या सर्व गोष्टी एकमेकात गुंतलेल्या व एकमेकांवर अवलंबून असतात. आपल्या साधनेद्वारे ह्या पाचही कोषांची व त्यापलिकडील दिव्य आत्म्याची जाणीव आपल्याला झाली पाहिजे. प्रत्येक कोष निरनिराळ्या स्पंदनाच्या शक्तिंनी तयार झालेला असतो. अन्नमय कोषात ही स्पंदने सर्वात कमी शक्तिची असतात. जस जसे आपण पुढील कोषाचा विचार करू तशी तशी ही स्पंदने जास्त जास्त गतीमान व सूक्ष्म होत जातात व सरतेशेवटी परत पूर्णत्वात विलीन होतात. कारण ऊर्जा हे चेतनाचे गतिशील रूप आहे आणि चेतना हे ऊर्जाचे संभाव्य स्वरूप आहे."

— स्वामी मुक्तानंद

चक्रे आणि त्या संबंधीची तत्त्वे आणि कोष

१) **सहस्त्रार चक्र** (ब्रह्मरंध्र): या चक्राच्या ठिकाणी सर्व काही आहे व काहीही नाही असे म्हणता येईल. येथे जाणिव व प्राण एकत्रित होतात. ह्या चक्राचा संबंध 'आनंदमय' कोषाशी असतो. (परमानंद)

२) **आज्ञा चक्रः** (तिसरा डोळा): हे मनाशी जोडलेले असून विज्ञानमय कोषाशी संबंधीत आहे. (दिव्य ज्ञान, अंर्तज्ञान)

३) **विषुद्धी चक्र** (कंठ): आकाश तत्त्वाशी निगडीत असून विज्ञानमय कोषाशी संलग्न आहे. (उच्चज्ञान, अंर्तज्ञान)

४) **अनाहत चक्रः** (हृदय): वायू तत्त्वाशी व मनोमय कोषाशी निगडीत आहे. (मन, प्रज्ञा, स्मरणशक्ति, बुद्धी)

५) **मणीपूर चक्रः** (नाभी): अग्नि तत्त्वाशी व प्राणमय कोषाशी संबंधीत आहे. (प्राण शक्ति)

६) **स्वाधीष्ठान चक्रः** (ओटीपोट): जल तत्त्वाशी व प्राणमय कोषाशी संबंधीत आहे. (ऊर्जा)

७) **मूलाधार चक्रः** पृथ्वी तत्त्वाशी व अन्नमय कोषाशी निगडीत आहे. (भौतिक शरीर)

तत्त्वे

विश्वातील आणि मनुष्य प्राण्यातील मुख्य मूलतत्त्व जो महाप्राण तो ज्या पाच घटकांनी बनलेला आहे त्या प्रत्येक घटकाला 'तत्त्व' म्हणतात. भौतिक शरीर ज्या पाच मुख्य घटकांपासून बनले आहे त्या प्रत्येक घटकाला 'तत्त्व' असे उपनिषदामध्ये संबोधले आहे. प्रत्येक तत्त्वाला त्याचे स्वतःचे असे 'ऋण' व 'धन' भाग असतात आणि प्रत्येक विचार व कृतिमुळे या तत्त्वांमध्ये वेगवेगळी कंपने तयार होतात. शारीरिक, मानसिक, वैचारिक व अध्यात्मिक पातळ्यांवर ही पाच तत्वे मानवी शरीरावर कार्य करतात. प्रत्येक मज्जातंतूतील प्रवाह हा त्यांच्या संबंधीत असलेल्या तत्त्वाने नियंत्रित केला जातो.

प्राणायामाच्या सरावामुळे या तत्त्वांवर आपण मिळवलेल्या कमी अधिक प्रभुत्त्वाप्रमाणे सुसंगत किंवा असुसंगत अशा सतत वाहाणाऱ्या शक्तिंची कंपने आपल्या भौतिक शरीरात कमी अधिक प्रमाणात आपण जाणवू शकतो.

ही पाच तत्त्वे (पंचमहाभूते)

१) **आकाशतत्त्वः** हे तत्त्व सर्वात सूक्ष्म असून या तत्त्वामुळे आपण ऐकू शकतो.

२) **वायुतत्त्वः** नेहमी आपण ज्याचा उल्लेख 'हवा' असा करतो ते तत्त्व यामुळे आपणास स्पर्श ज्ञान होते.

३) **तेज तत्त्वः** (अग्नीतत्त्व) यामुळे आपण पाहू शकतो.

४) **आप तत्त्वः** आप याचा अर्थ पाणी. यामुळे आपल्याला चवीची जाणीव होते.

५) **पृथ्वी तत्त्वः** ज्यामुळे आपणास वासाची जाणीव होते.

प्रकरण सहावे

प्राणायामः श्वसन प्रकाराचा पाया

प्राणायामाचा सराव शक्तिशाली आहे. दिलेल्या सूचनाचे काळजीपूर्वक पालन करा.

प्राणायाम आपल्या मेंदूच्या उजव्या व डाव्या भागामध्ये किंवा धन व ऋण तत्त्वांचे संतुलन घडवून आणतो. मेंदूचा उजवीकडील भाग हा सर्जनशील किंवा निर्मितीक्षम असून तो 'सत्य' दाखवतो. डावीकडील भाग तर्कशुद्ध असून भ्रामक कल्पना दाखवतो. डावीकडील मेंदूचा भाग माणसाचा मीपणा दर्शवतो आणि उजवीकडील भाग उत्पादक विचार दर्शवतो. श्वसन प्रकारांचा सराव चालू करण्याआधी एक आठवड्यापर्यंत फक्त प्राणायामाचा सराव करावा व नंतर पुढचे श्वसन प्रकार करावे या श्वसन प्रकारांचा सराव सुरू करण्याआधी प्रत्येक दिवशी प्राणायामाने सुरूवात करावी. यामुळे आपले शरीर पुढील श्वसन प्रकार करण्यास सज्ज होते. म्हणून पहिला श्वसन प्रकार सुरू करण्यापूर्वी एक आठवडा प्राणायामाचा सराव करणे आवश्यक आहे.

प्रत्येक दिवशी सकाळ, दुपार, संध्याकाळी व रात्री झोपण्याच्या आधी असा चार वेळा प्राणायाम करावा. (प्रत्येक वेळी दोन अवर्तने) आपण हा सराव कोठेही – ट्रॅफीक लाईटला गाडी थांबली असता किंवा ऑफिसमध्ये बसलो असता करू

शकतो. फक्त सकाळी ह्या सरावासाठी आपण निवडलेल्या ठराविक जागीच सराव करावा.

सरावाला सुरवात करण्याआधी शरीर पूर्णपणे शिथील करावे. मांडी घालून किंवा खुर्चीवर, मेरूदंड सरळ पण ताणविरहीत व पाठ कोठेही न टेकता ताठ बसावे. आपले सूक्ष्म शरीर आपल्या शरीराच्या भोवती साधारणपणे दोन इंच पसरलेले असते. विविध चक्रे आपल्या सूक्ष्म शरीराच्या पातळीत असतात व त्यामुळे पुढे वाकून किंवा मागे टेकून बसल्यामुळे ही चक्रे दबली जातात आणि त्यामुळे त्या चक्रांमधून वाहाणारा शक्तिचा प्रवाह अडला जातो. डोळे बंद करा व चार पाच वेळा दिर्घ श्वसन करा. प्राणायामामुळे ईडा, पिंगला व सुषुम्ना या नाड्या शुद्ध करण्याचा प्रयत्न आपण करतो.

प्राणायाम करताना मनःचक्षुपुढे पहावयाचे दृष्य

या चित्रामध्ये आपण पाहू शकतो कि आपण श्वास आत घेताना 'प्राण' आत येतो तो स्वच्छ रंगाचा असतो पण ज्यावेळी उच्छवासाद्वारे हा 'प्राण' बाहेर सोडतो तो दूषित झाल्यामुळे काळसर रंगाचा दिसतो.

आत जाणारा व बाहेर पडणारा प्राणाचा प्रवाह.

प्राणायाम करण्याची कृती

प्राणायामाचा सराव (प्राणायाम करण्याची कृती)

१) मांडी घालून बसावे. शक्यतो मेरूदंड (कणा) सरळ अशा तऱ्हेने ठेवावा कि शरीरांत कोठेही ताणतणाव जाणवणार नाही. जेवढे ताठ बसता येईल तेवढे बसावे. ज्यांना या तऱ्हेने सुखावह स्थितीत बसता येत नसेल त्यांनी खुर्चीवर बसावे. पण खुर्चीला टेकून बसू नये. उभे राहूनही हा व्यायाम प्रकार करण्यास हरकत नाही. आता तुमच्या उजव्या हाताचा आंगठा उजव्या नाकपुडीवर अलगद ठेवा व पहिले बोट व दुसरे बोट भ्रूमध्यावर (आज्ञा चक्रावर) येईल असे ठेवा आणि तिसरे बोट डाव्या नाकपुडीवर ठेवा.

२) उजव्या आंगठ्याने थोडासा दाब देऊन उजवी नाकपुडी बंद करा. डाव्या नाकपुडीने उच्छ्वास करून एक दिर्घ श्वास सावकाश आत घ्या. १ ते ४ आकडे मोजेपर्यंत श्वास आत घ्या व डावी नाकपुडी तिसऱ्या बोटांनी अलगद दाब देऊन बंद करा. आत घेतलेला श्वास तसाच मनातल्या मनात १६ आकडे म्हणेपर्यंत धरून ठेवा व नंतर उजव्या नाकपुडीवरील आंगठा काढून उजव्या नाकपुडीतून ८ आकडे म्हणेपर्यंत सावकाश बाहेर सोडा. (आकडे मनातल्या मनात म्हणावयाचे आहेत)

३) डावी नाकपुडी बंदच ठेवून उजव्या नाकपुडीने ४ अंक मोजेपर्यंत श्वास आत घ्या व उजवी नाकपुडी आंगठ्याने जास्त दाब न देता हळूवार बंद करा. हा श्वास १६ अंक म्हणेपर्यंत आतच धरून ठेवा व नंतर डाव्या नाकपुडीने हळूवार ८ अंक म्हणेपर्यंत सावकाश बाहेर सोडा. अशा तऱ्हेने प्राणायामाचे एक आवर्तन पूर्ण होईल. ४ : १६ : ८ हे प्रमाण जर आपल्याला त्रासाचे वाटत असेल तर आपणास सहज करता येईल असे २ : ८ : ४ असे श्वास आत घेण्याचे, श्वास धरून ठेवण्याचे व श्वास सोडण्याचे प्रमाण कायम ठेवून हे आवर्तन करा. कोणत्याही वेळी जबरदस्तीने श्वसन केल्यास त्रास होण्याचा संभव असतो.

ज्या मूलतत्त्वांचे शरीर बनले आहे त्या मूलतत्त्वांच्या वर्तुळकार वलयांनी माझे शरीर वेढून टाकले.

आपले शरीर ज्या मूलतत्त्वांचे बनले आहे त्या तत्त्वांशी सुसंगत असलेली वैश्विक शक्ति अचूक श्वसनाद्वारे आपण आत ओढून घेतो. प्रत्येक तालबद्ध व सुसंगत श्वसनाबरोबर आपण जास्त 'प्राणशक्ति' आत घेतो. या प्राणशक्तित सर्व मूलतत्त्वांचे गुणधर्म असतात. प्रत्येक श्वसनाबरोबर ह्या मूलतत्त्वांचे पुनर्जीवन होते.

जस जसा इतर श्वसन प्रकारांबरोबर सराव कराल त्यावेळी ईडा व पिंगळा या दोन नाड्या विषारी द्रव्यांपासून शुद्ध होऊन सुषुम्ना नाडीचे कार्य चालू होईल. याचाच अर्थ असा कि सुषुम्ना नाडी मधून श्वास वाहाण्याचा मार्ग तयार झाला.

प्रकरण सातवे

श्वसन प्रकार

आठ अध्यात्मिक श्वसन प्रकार

१) स्मरणवर्धक श्वसन प्रकार
२) उत्साहवर्धक/चैत्यन्यदायक श्वसन
३) प्रेरणादायक श्वसन प्रकार
४) शारीरिक पूर्णत्व श्वसन प्रकार
५) चुंबकीय स्पंद श्वसन प्रकार
६) शुद्धिकारक श्वसन प्रकार
७) तारुण्यवर्धक श्वसन प्रकार
८) तुमचे स्वतःचे अध्यात्मिक श्वसन

साधकाने हा अभ्यासक्रम सुरू करतानाच असा दृढ निश्चय केला पाहिजे की हा अभ्यासक्रम मी कोणत्याही परिस्थितीत पूर्ण करीनच. फक्त समर्पित भावनेने केलेली साधनाच साधकाला त्यांनी ठरवलेल्या ध्येयाप्रत घेऊन जाते. जर साधकाची साधना ही अनियमित व खंडीत असेल तर त्याला मिळणारा फायदा सुद्धा तसाच अपूर्ण असेल. साधक त्याची साधना नियमित करत असेल तर प्रत्येक श्वसन प्रकार ७-७ वेळा करण्याची क्षमता त्याच्यामध्ये आपोआपच तयार होईल. अशा प्रकारे साधना करण्यासाठी साधारणपणे ४५ मिनीटे ते एक तास इतकाच वेळ लागतो व त्यानंतर साधारणपणे १/२ तास ध्यान व बोधवचनाचे मनन करण्यास लागतो. ही अध्यात्मिक बोधवचने शक्यतो पाठ करून सावकाश भावपूर्णपणे आणि त्यातील आशयाचे भान ठेवून म्हणावी.

वर नमूद केलेल्या श्वसन प्रकाराच्या सरावामुळे तुम्ही अधोगामी (वरून खाली वाहाणाऱ्या) शक्तिचा अनुभव घेता. पहिल्या चार श्वसन प्रकारामुळे १) सहस्त्रार २) आज्ञा ३) विशुद्धी ४) अनाहत ५) मणीपूर ६) स्वाधीष्ठान आणि ७) मूलाधार अशा सात चक्रांचे शुद्धीकरण होते. त्यातल्यात्यात पहिल्या चार चक्रांचे शुद्धीकरण झाल्यानंतरच अधोगामी शक्तिचा प्रवास वरुन खाली अशा तऱ्हेने होण्यास सुरूवात होते.

जेव्हा अशी 'श्वसन प्रकार व बोधवचनांची' संयुक्त पद्धत वापरली जाते त्यावेळी चक्रांमध्ये असू शकणारे भावनिक व मानसिक अडथळे आपोआपच नाहिसे होतात.

परीणामी हा शक्तिचा प्रवाह सहज व अडथळे विरहित अशा तऱ्हेने वाहू लागला कि खालील भागातील मणीपूर, स्वाधीष्ठान व मुलाधार ही चक्रे जागृत होऊन हि प्रबळ शक्ति खालून वर – मुलाधार चक्रापासून सहस्त्रार केंद्रापर्यंत – उर्ध्वगामी गतीने वाहू लागते. त्यावेळी त्या शक्तिच्या प्रवाहाला कुठल्याही चक्रात अडथळा होण्याचा संभव नसतो.

साधक जेव्हा दररोज नियमीतपणे साधना करतो त्यावेळी साधकाच्या हे लक्षात येईल की योग्य श्वसनामुळे शरीरातील सर्व शारीरिक क्रिया अचूकपणे होत आहेत. दिर्घ श्वसनाने भरपूर प्रमाणात घेतलेल्या हवेमुळे फुप्फुसे फुगतात पण ही हवा स्नायु, ग्रंथी, हाडे व नाड्या यांच्यात शोषली जात नाही. पण हवेमध्ये असलेली 'प्राण' नावाची अद्‌भुत सूक्ष्म शक्ति मात्र सर्वत्र शोषली जाते.

साधकाने ही बोधवचने पाठ करुन वारंवार म्हटली पाहिजेत म्हणजे त्यातील विचार साधकाच्या सूप्त आंतर्मनात जातात. त्या बोधवचनातील खरा अर्थ आताच साधकाला कळणार नाही व ती निरर्थक वाटतील, पण कालांतराने त्यातील रहस्ये त्याला उलगडू लागतील. आत्ता फक्त त्यातील संदेश अज्ञात मनात पाठवण्याचे काम करायचे आहे. ज्याप्रमाणे लहान मूल शाळेत जाते व वर्गांत शिक्षकांनी शिकवलेल्या गोष्टींवर पूर्ण विश्वास ठेवते व त्या विश्वासातच त्याच्या आयुष्यात ते मोठे होते. त्या लहान मुलाप्रमाणेच या श्वसन प्रकारांच्या साधनेत तुम्हाला जे सांगितले व शिकवले जाते त्यावर पूर्ण विश्वास ठेवून साधकाने साधना केली पाहिजे. मनात येणाऱ्या शंका, प्रश्न, भिती वगैरे बाजूला सारून स्वच्छ मनाने त्यात सांगितलेल्या गोष्टींवर पूर्ण विश्वास ठेवावा व त्याचा स्वीकार करावा. आपले जीवन हे वैश्विक व नैसर्गिक नियमाबरहुकुम चालते. इलेक्ट्रीसीटी, प्रकाश, गुरुत्वाकर्षण व चुंबकत्व यांच्या अचूक नियमाप्रमाणे आपलेही जीवन चालते. ह्या शक्ति आपल्याला दिसत नाहीत तरी त्यांचे होणारे परिणाम आपण जाणू शकतो व या शक्तिंचे अस्तीत्त्व निःसंशय मान्य करतो.

हे श्वसन प्रकार व त्यांची बोधवचने अशा एका विशिष्ट क्रमाने बनवली आहेत कि त्यामुळे साधकाला एका सुसुत्र आणि सुसंगत पवित्र जाणीवेचा अनुभव यावा.

ज्या क्रमाने हे श्वसन प्रकार व बोधवचने दिली आहेत त्याच क्रमाने त्यांचा सराव केला पाहिजे. हा मुद्दा अतीशय महत्त्वाचा असून प्रत्येक श्वसन प्रकाराने ज्या ज्या नाड्यातून प्राण वाहतो त्या त्या नाडीतले सर्व अडथळे नष्ट होऊन त्या शुद्ध होतात आणि प्राणाचे वहन सुरळीत होते. अशा तऱ्हेने सूक्ष्म देहात सूसूत्रपणे

प्राणशक्तिचे वहन सुरु झाले की आपल्या स्थूल देहातील रक्तप्रवाहही सूनियंत्रित होऊन अबाधीतपणे वाहू लागतो. प्राणशक्तिचा अनिर्बंधपणे संचार होण्याच्या उद्देशानेच एका ठराविक क्रमानेच हे आठ श्वसन प्रकार योजले आहेत. श्वसन प्रकार क्रमवारी सोडून कसेही केले तर प्राणशक्तिचा प्रवाह खंडीत होऊन शारीरिक व मानसिक अस्वस्थता जाणवण्याची शक्यता नाकारता येत नाही.

या आठ श्वसन प्रकारांचा 'चुंबकीय स्पंद श्वसन' प्रकार हा एक मध्यबिंदू आहे. या श्वसन प्रकारानंतरच्या पुढील श्वसन प्रकारात मणीपूर चक्र, स्वाधीष्ठान चक्र व मूलाधार चक्र या चक्रांची जागृति होण्याकडे जास्त लक्ष दिले आहे.

वर वर पहाता सर्व श्वसन प्रकार सारखेच दिसले तरी शारीरिक व मानसिक पातळ्यावर त्यांचे परिणाम अगदी वेगवेगळे होतात. प्रत्येक श्वसन प्रकाराच्या माध्यमातून या शक्तिचे प्रकटीकरण व संतुलन वेगवेगळ्या तऱ्हेने होते. चैतन्यदायक श्वसन प्रकारामुळे शारीरिक प्रक्रिया ज्या तऱ्हेने होतात त्या स्मरणवर्धक श्वसन प्रकारच्या वेळी होणाऱ्या प्रक्रियांपेक्षा वेगळ्या असतात. अशा तऱ्हेने इतर श्वसन प्रकाराबद्दलही म्हणता येईल. प्रत्येक श्वसन प्रकाराने होणाऱ्या प्रक्रियाकडे साधकाने बारकाईने लक्ष दिले पाहिजे. प्रत्येक श्वसन प्रकारानंतर म्हणावयाच्या बोधवचनामध्ये त्याची स्वतःची अशी एक शक्ति असते. म्हणून ती पाठ करुन जाणीवपूर्वक म्हटली पाहिजेत.

जेव्हा आपण गुरुजनांनी दिलेल्या क्रमाने याची साधना करतो त्यावेळी आपली प्रज्ञाच आपल्याला आपल्या ध्येयाप्रत घेऊन जाते. श्वास हा 'प्राणशक्ति'चा वाहक म्हणून काम करतो. सरावामध्ये तुम्ही श्वासावर पूर्ण विश्वास ठेवा आणि त्याच्या मार्गाने जसा तो सहज वाहतो तसाच तो वाहू द्या म्हणजे तुमची साधना कुठल्याही व्यत्ययाशिवाय चालू राहिल. आपल्या मनाप्रमाणे त्या श्वासाच्या वहनावर कोणतीही जबरदस्ती करू नका. तुमच्या मध्ये असलेल्या दैवी प्रेरणेवरच ते सोपवा. तुमच्यासाठी काय योग्य आहे हे त्या दैवी प्रेरणेला चांगलेच माहीत आहे आणि ती प्रज्ञाच तुम्हाला योग्य मार्गदर्शन करेल. या श्वासांमधून आणि प्रज्ञेमधून तुम्हाला योग्य ते मार्गदर्शन मिळेल.

"आपल्याला हे माहित आहे की आपले जीवन अदृष्य अशा निसर्ग नियमाप्रमाणे चालते. त्यांचे अस्तित्व आपण मान्य करतो व ते नियम किती शक्तिशाली आहेत हेही आपण जाणतो. कोणीही गुरुत्वाकर्षण किंवा इलेक्ट्रीसीटी डोळ्यांनी पाहिलेली नाही. पण त्यांचे परिणाम जाणवतात. कोणीही ती चुंबकीय शक्ति पाहिलेली नाही

पण उत्तरेला होकायंत्राची सूई ओढली जाते ते बघितले आहे. आपण श्वासोच्छ्वास करतो पण ज्या शक्तिमुळे श्वासोच्छास केला जातो ती शक्ति कोणीही पाहिली नाही. जेव्हा आपण हे श्वसन प्रकार करतो त्यावेळी या शक्तिच्या उगमापर्यंत म्हणजे शांततेप्रत जातो आणि शांततेतून त्या महान ज्ञानाच्या भांडारातून ते ज्ञान आपल्यापर्यंत येते."

— स्वामी के. एस. रामनाथन

प्राणायामाने सुरूवात करून या आठही श्वसन प्रकाराचा व त्या त्या श्वसन प्रकाराच्या बोधवचनासह नियमितपणे सराव केला पाहिजे. एका रात्रीत बदल घडून येत नसतो. आपण थोडा धीर धरला पाहिजे. हा सराव घाईगडबडीत न करता सावकाशपणे करावा. काही ठराविक दिवसात नियमित व खंड न पडता केलेल्या सरावामुळे त्याचा परिणाम दिसून येईल.

आपल्या शरीरावर विशिष्ट परिणाम साध्य होईल अशा तऱ्हेने प्रत्येक श्वसन प्रकार त्याच्या पुढील प्रकाराशी जोडला आहे. जरी हे प्रकार आपण शारीरिक पातळीवर करत असलो तरी त्या प्रकारांचा सूक्ष्म पातळीवर परिणाम होतो. साधकाने त्याचे शरीर म्हणजे एक अध्यात्मिक साधन, त्या परमेश्वराचे एक पवित्र मंदिर आहे असा विचार केला पाहिजे. म्हणून अत्यंत पवित्र मनाने व भावनेने हा सराव केला पाहिजे.

या आठ श्वसन प्रकाराने व बोधवचनांमुळे तुम्हाला शारीरिक, मानसिक व अध्यात्मिक पातळीवर संतुलीत भावना जाणवेल. ह्या श्वसन प्रकाराचा सराव हळूहळू सावधपणे केला पाहिजे.

पहिल्या स्मरणशक्तिवर्धक श्वसन प्रकाराचा सराव करताना पहिल्या काही दिवसांपर्यंत ७ वेळा करावा. नंतर हळूहळू ४९ वेळा (७ × ७) करावा. बाकीचे ७ प्रकार सुरवातीला २-२ वेळा करून हळूहळू ७ वेळा करावे. प्रत्येक श्वसन प्रकाराची बोधवचने प्रत्येक श्वसन प्रकारानंतर लगेचच म्हणावी. सराव करताना हे लक्षात ठेवावे की ठराविक क्रमानेच हे प्रकार करावे कारण ते एकमेकांशी जोडलेले आहेत. हा सराव शक्य तो ब्रह्मविद्या शिक्षकांच्या मार्गदर्शनाखाली करावा. जर साधक स्वतःच एकटाच हा सराव करत असेल तर ज्यावेळी त्याला काही त्रास होत आहे असे वाटले तर त्याने सराव थांबवावा. कारण त्याच्या श्वसन करण्यामध्ये किंवा त्याच्या स्थितीमध्ये काहीतरी चूक होत असावी.

श्वसन हे आपले जीवन आहे. जर आपण आपले श्वसन समजलो तर आपण स्वतःला समजू शकू.

प्रकरण आठवे

बोधवचने

'बोधवचने' म्हणजे आपण जे बोलतो किंवा जे करतो असे काहीही कि ज्याचा आपण सतत विचार करतो. नुसताच विचार करत नाही तर ते करण्याचा पक्का निर्धार व निश्चय करतो. त्या विचारांचा अनुभव घेतो. बहुतांशी आपण जे बोलतो किंवा ज्याचा विचार करतो ते जास्त नकारात्मक असते आणि म्हणून आपण नकारात्मकच अनुभव घेत असतो. आपला हा नकारात्मक अनुभव बदलण्यासाठी व तो सकारात्मक होण्यासाठी आपल्याला आपल्या विचारांची दिशा बदलून सकारात्मक विचार करण्याची सवय लावून घ्यावी लागेल. मनाने आपल्याला सांगण्या ऐवजी आपणच मनाला सांगण्याची सवय आपण आपल्याला लावून घेतली पाहिजे. ज्याप्रमाणे घोड्याचा लगाम घोडेस्वाराच्या हाती असल्यावर तो घोड्याला स्वतःच्या इच्छेप्रमाणे ज्या बाजूला पाहिजे त्या बाजूला वळवू शकतो. घोडेस्वाराचा त्याच्या घोड्यावर पूर्ण ताबा असतो त्याचप्रमाणे आपल्या मनावर आपला पूर्ण ताबा असणे आवश्यक आहे. पण त्यासाठी आपल्याला कडक सवयीची व सरावाची आवश्यकता आहे. दुसऱ्या शब्दात सांगायचे तर आपण आपले विचार व्यक्त करताना शब्द काळजीपूर्वक निवडले पाहिजेत. त्यातून आपोआपच नको असलेल्या गोष्टी जाऊन फक्त हव्या त्या गोष्टीच व्यक्त होतील.

आपले काही विचार हे पूर्वींपासून चालत आलेल्या आपल्या चालीरिती, रूढी, समजूती, श्रद्धा-अंधश्रद्धा यांच्यावर आधारलेले असतात. बालपणापासून असे संस्कार आपल्यावर होत असतात व ठराविक वेळी आपल्या असे ध्यानात येते की या समजूतीमुळे आपली प्रगति खुंटते आहे. अशा समजुती आपल्या पूर्वजांच्या काळात योग्य होत्या. पण सध्याच्या काळात त्या कालबाह्य व निरुपयोगी ठरतात. माझी आजी मी लहान असताना नखे रात्री कापू नयेत कारण ते अशुभ असते, असे सांगायची पण आता विजेच्या प्रकाशात नखे कापताना ईजा होण्याची शक्यता नाही

हे ती मान्यच करत नसे व अशा तऱ्हेने आपल्या प्रगतीमध्ये अडथळा ठरणाऱ्या गोष्टीचा आपण विचारपूर्वक त्याग केला पाहिजे.

आपल्या जीवनात असलेल्या त्रुटी व उणीवा मग त्या शारीरिक, मानसिक, आर्थिक, नातेसंबंधी अशा कोणत्याही असल्यातरी त्याबद्दल नेहमी नेहमी विचार करणे किंवा बोलणे बंद केले पाहिजे नाहीतर त्या त्रुटी व उणीवाच प्रकर्षाने आपल्या जीवनांत प्रकट होतील.

आपण आता विचारांच्या एका अशा पातळीवर येऊन पोहचलो आहोत कि आपले विचारच आपले जीवन घडवतात अशी आपली खात्री झाली आहे. रातोरात ही परिस्थिती बदलणार नाही. या बदलासाठी आपणास सकारात्मक विचार प्रकर्षाने करावे लागतील, कि त्यामुळे नकारात्मक विचार निष्प्रभ होतील किंवा आपोआपच निघून जातील. दररोज सकाळी नवीन दिवस सुरू करण्याआधी आपला दिवस उत्तम जाईल व काही तरी बरे निष्पन्न होईल अशा तऱ्हेचा विचार केला पाहिजे.

"आता तुम्ही वापरत असलेल्या शब्दाद्वारे वर्तमानाच्या पुढे जाऊन हि होकारात्मक वचने भविष्य घडवण्याचे कार्य करतात. जर तुम्ही म्हणालात कि मला पाहिजे आहे... किंवा मला मिळाले पाहिजे...' म्हणजे तुम्ही नेहमीच भविष्यात असता. ते असे म्हट ले पाहिजे 'मला मिळाले आहे.' ज्याप्रमाणे आपण विचारांची पद्धत बदलू लागलो कि आपल्या आयुष्यातील सर्वच गोष्टी बदलू लागतील. 'विचारांची शक्ति' अशी आहे."

— नील डोनाल्ड वॉल्श

"तुमचे विचार म्हणजे दुसरे तिसरे काही नसून फक्त एक प्रकारची स्पंदने आहेत. ते तुमचा अनुभव उत्पन्न करू शकतात."

— लुईस एल् हे

तुम्ही एक जिज्ञासू साधक आहात. तुमच्या शंकांचे समाधान करुन घेण्याची तुमची इच्छा आहे. श्वसनाचे हे आठ श्वसन प्रकार व त्यांची बोधवचने तुमच्या शंकांचे निराकरण होईल अशा तऱ्हेनीच रचली आहेत. तुमच्यातील साधकांपैकी काही साधकांची प्रगति लवकर तर काहींची थोडी संथ गतीने होईल. मनापासून नियमीत सराव करणाऱ्या साधकाला याची प्रचिती अवश्य येणारच. ही सर्व बोधवचने म्हणताना ती भावपूर्वक व मनापासून म्हटली पाहिजेत. श्री स्वामी रामनाथन नेहमी असे सांगत की आपण प्रथम विचार करतो नंतर तो आपल्याला जाणवतो व नंतर तो आपण अंमलात आणतो. सर्वात महत्त्वाचे ते म्हणजे 'जाणवणे'. ही सर्व

बोधवचने नुसतीच घडाघड म्हणून त्यापासून काहीच फायदा होणार नाही. कारण तुमची अशी पक्की खात्री असली पाहिजे कि जे काही तुम्ही तोंडाने म्हणता ते प्रत्यक्षात उतरणार आहे. प्रकट होणार आहे. तसेच ते मानसिक पातळी पासून ते जाणीवेच्या पातळीपर्यंत नेले पाहिजे हे खात्रीपूर्वक होणार आहे हे तुम्हाला नुसते वाटून उपयोगी नाही तर ते खात्रीने घडणार आहे असा तुमचा दृढ विश्वास असला पाहिजे, त्याची जाणीव झाल्याची खात्री झाली पाहिजे.

प्राणायाम व श्वसन प्रकार व त्यांची बोधवचने यांची आवश्यक तेवढी आवर्तने यांचा सराव झाल्यानंतर साधकाने १० मिनीटांपर्यंत स्वस्थ बसून आपला श्वास व उच्छ्वास याकडे बारकाईने लक्ष द्यायला हवे.

यू कॅन हिल युवर लाईफ या पुस्तकाचे लेखक लुईस एल् हे यांनी असे म्हटले आहे कि आपल्या बालवयातच आपण आपली विचार करण्याची पद्धत शिकत असतो. या विचार करण्याच्या पद्धतीमुळे आपण आपल्याच प्रगतीत अडथळा उत्पन्न करत असतो. म्हणून आपण आपल्या विचारांवर असे नियंत्रण ठेवले पाहिजे कि त्यामुळे नुकसानकारक विचार आपल्या मनात येणारच नाहीत व फक्त आपल्या प्रगतिला पोषक असेच विचार येतील.

बोधवाक्ये कशा तऱ्हेने म्हणावी त्याबद्दल मार्गदर्शन

'आठ अध्यात्मिक श्वसन प्रकार' या पाठ्यपुस्तकात प्रत्येक श्वसन प्रकारासाठी दिलेली बोधवचने हा एक महत्त्वाचा भाग आहे. सुरवातीला प्रत्येक श्वसन प्रकाराची आवश्यक आवर्तने केल्यावर तुम्ही खाली बसून किंवा उभे राहून त्या त्या श्वसन प्रकारासंबंधीचे बोधवचन पुढील श्वसन प्रकार करण्यापूर्वी मोठ्याने वाचावयाचे किंवा तुम्हाला सोयीचे वाटत असेल तर ही बोधवचने रेकॉर्ड करून संबंधीत बोधवचन त्या श्वसन प्रकारानंतर ऐकू शकता.

तुम्हाला या बोधवचनांची सवय झाली कि ती बोधवचने तुम्ही तोंडपाठ केली पाहिजेत. म्हणजे ती तुमच्या स्मरणशक्तिचाच एक भाग बनतील. त्यानंतर उभे राहून ती तुम्ही मनातल्या मनात भावनेसह म्हणू शकाल.

ध्यानाची सर्व बोधवचने ही सर्व आठ श्वसन प्रकार झाल्यावर तुम्ही पाठीवर उताणे झोपून (डोक्याखाली उशी घेणे तुम्हाला सुखकारक वाटत असल्यास) दोन्ही हात (अनाहत चक्राच्या जागी) छातीवर ठेवून व उजवा हात डाव्या हातावर ठेवून आणि उजव्या पायावर डावा पाय ठेवून झोपून ही बोधवचने मनातल्या मनात म्हणावी.

प्रकरण नववे

१. स्मरणवर्धक श्वसन प्रकार

आता तुम्ही आजपासून श्वसन प्रकारापैकी पहिला श्वसन प्रकार शिकणार आहात. उत्साहाच्या भरात, लगेच फायदा मिळण्याच्या आशेने, घाईघाईने हा प्रकार न करता सावकाश सुरूवात करा. हे मुद्दाम सांगत आहे. जर अशा तऱ्हेने उतावळेपणानी तुम्ही हे केलेत तर तुमच्या फुफ्फुसावर, हृदयावर आणि इतर इंद्रियावरच नव्हे तर तुमच्या मज्जासंस्थेवरही ताण पडण्याची शक्यता आहे. फार जोराने श्वासोच्छ्वास करू नका किंवा क्षमतेपेक्षा जास्त वेळ श्वास रोखून धरू नका. फक्त धीर आणि चिकाटी आवश्यक आहे. जरी सुरवाती सुरवातीला तुम्हाला कोणताच फरक जाणवला नाही तर ढोबळ मानाने सूक्ष्म पातळीवर तुमची प्रगति होत असते. अगदी पहिली पायरी म्हणजे सरावाच्या वेळी तुम्ही अशा तऱ्हेने सहज बसले पाहिजे कि शरीरात कुठेही अनावश्यक ताण असता कामा नये कि श्वासाला कोठल्याही प्रकारचा अडथळा होणार नाही. पहिल्या महिन्यानंतर तुम्ही जेव्हा ध्यानाला बसाल तेव्हा तुम्हाला हळूहळू मिळत असलेल्या नवीन ज्ञानाकडे तुम्ही आतुरतेने पहाल. जर तुम्ही खरे साधक असाल तर तुमच्यातील होत असलेल्या बदलाची जाणीव होण्याआधीच तुमच्या हे लक्षात येईल की हा अभ्यासक्रम एका उच्च तत्त्वाप्रमाणे चालतो.

"मागा म्हणजे मिळेल, शोधा म्हणजे सापडेल. दरवाजा वाजवा म्हणजे उघडेल, जो कोणी मागेल त्याला मिळेल. जो शोधेल त्याला सापडेल आणि जो दरवाजा वाजवेल त्याच्यासाठी दरवाजा उघडेल."

— मॅथ्यु ७:७

हा श्वसन प्रकार आपली स्मरणशक्ति शुद्ध करतो. नकारात्मक व कमजोर विचार काढून टाकतो व स्मरणशक्ति अचूक व शुद्ध अशा स्थितीत आणतो.

स्मरणवर्धक श्वसन प्रकाराची कृति

आकृति १

आकृति २

आकृति ३

आकृति ४

सूचनाः हा श्वसन प्रकार शक्तिशाली आहे. दिलेल्या सूचनांचे काळजीपूर्वक पालन करा.

स्मरणवर्धक श्वसन प्रकाराची कृति

खूर्चीवर किंवा स्टुलावर बसा. पाठीला जास्त ताण न देता ताठ बसा. हाताचे पंजे मांडीवर पालथे ठेवा. पायाच्या टाचा एकमेकीला चिकटवून ठेवा. पायाचे आंगठे मात्र थोडे अलग ठेवा. खांदे सैल सोडा (उतरते नको) आणि मानेमध्ये कोणताही ताण नको.

या स्थितीमध्ये बाकीचे शरीर न हालवता व मानेमध्ये कोणताही ताण न देता डोके सावकाश मागे न्या. नंतर डोके परत हनुवटी छातीला लागेपर्यंत सावकाश खाली न्या.

१. नाकाने श्वास आत घेत घेत डोके मागे मागे घ्या.

२. श्वास पूर्ण घेऊन झाल्यावर डोके परत हळूहळू पुढच्या बाजूने खाली आणा व घेतलेला श्वास यावेळी दांतामधून जोराने सोडत असताना शी SSS असा आवाज करा.

   याप्रमाणे ७ वेळा डोके मागे न्या आणि ७ वेळा पुढे न्या. या क्रिया मध्ये न थांबता सलग करा.

   डोके मागे नेण्याची क्रिया पूर्ण होताच लगेचच डोके पुढे आणण्याची क्रिया चालू करावी.

३. याप्रमाणे डोके मागे मागे नेत नाकाने श्वास जोरात आत घ्या आणि दांतातून उच्छ्ःश्वास करता करता हळूहळू डोके खाली खाली आणा. अशा तऱ्हेने ७ वेळा न थांबता डोके मागे व पुढे आणण्याची क्रिया करा.

काही क्षण शांत बसा आणि शरीरात काय काय संवेदना जाणवतात त्याकडे बारकाईने लक्ष द्या.

त्यानंतर परत ७ वेळा हिच क्रिया करा व परत थोडे शांत बसा. त्यानंतर प्रत्येक वेळी ७ वेळा याप्रमाणे एकूण ७ × ७ = ४९ वेळा हि क्रिया करा. (डोके मागे नेऊन परत पुढे हनुवटी छातीला टेकेपर्यंत खाली आले की एक आवर्तन झाले).

या श्वसनाची थोडीशी सवय झाल्यावर १४, १४, १४ व ७ असे श्वसन करा. प्रत्येक वेळी थोडी विश्रांति घ्या आणि पुढील १४ वेळा ही क्रिया करा.

हा श्वसन प्रकार करताना तुम्ही खुर्चीला टेकत नाही व तुमचा कणा सरळ ताठ राहील याकडे बारकाईने लक्ष द्या.

हा एक, तालात करण्याचा श्वसन प्रकार आहे. डोके हळूवार मागे आणि पुढे कोणताही झटका न देता, एखाद्या लंबकासारखे हालवावयाचे आहे, डोके मागे नेताना अगदी हळूहळू अशा तऱ्हेने न्यायचे आहे कि श्वास घेण्याची क्रिया पूर्ण होईल व लगेचच डोके पुढे आणण्याची क्रिया उच्छ्श्वास करता करता सुरू करायची आहे आणि उच्छ्श्वास पूर्ण होईपर्यंत हनुवटी छातीला टेकण्याच्या स्थितीत येईल.

४९ वेळा हे केल्यानंतर परत एकदा श्वास घ्या हाताचे तळवे उलटे वरच्या बाजूने करा. ह्या श्वसन प्रकाराची बोधवचने डोळे बंद ठेवून मनातल्या मनांत म्हणा.

बोधवचने आणि दृष्ये

मी माझ्या मस्तकावर दिव्य प्रकाश पहाते.

ही बोधवचने पाठ करा

"मी आता माझ्या मस्तकावर एक लखलखीत प्रकाश बघत आहे. माझ्या डोक्याचा वरील भाग जड पण सैल झालेला व कपाळ सुध्दा सैल झाले आहे. माझे डोळे जड व सैल वाटत आहेत, माझ्या चेहऱ्याचे स्नायू सैल झाले आहेत, माझे दात एकमेकावर अलगद टेकले आहेत. माझा जबडा सैल झाला आहे, माझे दंड व हात जड जड वाटत आहेत,... तरी मला आनंदी वाटत आहे. मला पूर्ण आनंदी वाटत आहे, माझा चेहरा आनंदी व हसरा दिसत आहे. माझे संपूर्ण शरीर माझ्या हास्याच्या प्रकाशाने चकाकत आहे आणि तो दाब शरीरात एक प्रकारचा हलकासा दाब जाणवत आहे आणि तो दाब बाहेर पडत आहे आणि त्याबरोबरच माझ्या सर्व काळज्या, त्रास, विवंचना आणि भीती बाहेर जात आहेत... मला आनंदी वाटते माझ्या शरीराच्या रंध्रारंध्रातून आनंद ओसंडत आहे.

"तो प्रकाश खाली खाली येत आहे आणि तो प्रकाश खाली खाली अगदी पायांच्या अंगठ्यापर्यंत खाली जात असताना माझी छाती हलकी वाटत आहे, माझे पोट सैल झाले आहे.

"आता मी तो तेजस्वी प्रकाश माझ्या मानेच्या मागे असल्याची कल्पना करतो. मी खाली माझ्या सुंदर मेरूदंडाकडे पहातो त्यावेळी मला असे जाणवते की मी एखाद्या भव्य धबधब्याकडे पहात आहे. त्यावर सूर्य प्रकाश पडलेला आहे व मला अगणित चमचमणारे तुषार दिसत आहेत आणि मी हे अनुभवतो कि माझे शरीर त्या प्रकाशाने प्रकाशाने पूर्णपणे भरून गेले आहे.

"जर तुमची दृष्टि शाश्वत, अध्यात्मिक असेल ज्या दृष्टिने मी आता पहात आहे.

"जर तुमची दृष्टि एक असेल तर तुमचे सर्व शरीर प्रकाशाने भरणार.

"मी हे जाणतो कि माझ्या शरीरातील असंख्य अगणित पेशीपैकी हरएक पेशी एक प्रकाश, एक दिवा, एक मशाल होऊन माझ्यातील तो पवित्र ज्ञानाचा प्रकाश माझ्या शरीरात प्रवेश करतो तो प्रकाश त्या ज्योतीशी एकरूप आहे, आणि ती ज्योत त्या अग्नीशी एकरुप आहे. माझ्या अंतर्यामी असलेल्या दैवी प्रेमाचा तो अग्नी !

"आता आनंदाने आभार मानत माझ्या नकळत मी एक हलकासा श्वास घेतो आणि लांब लांब व खोल उच्छ्‌वास करतो.

"परत मी एक लहान श्वास घेऊन लगेचच मी एक उसासा देतो."

श्वसन प्रकार व बोधवचन याचे परिणाम

दृढ श्रद्धा आणि नियमित साधनेने तुम्हाला भरपूर शारीरिक, मानसिक शक्ति व उत्साह मिळतो.

'स्मरणवर्धक' श्वसन हा तुम्ही शिकत असलेला श्वसनाचा प्रकार, एक अतिशय अद्‌भूत असा श्वसन प्रकार आहे. घश्यातील आणि मानेतील ग्रंथी यांचे चलनवलन होते आणि त्यांना व्यायाम होतो. मानेच्या मागील भागातील स्नायू व हाडे यांची हालचाल होते. या एकाच प्रकाराने तुम्हाला अगणित फायदे होतील.

चक्रांचे शुद्धीकरण आणि जागृति

या श्वसनाच्या सरावाने तुम्ही एका अतिशय महत्वाच्या टप्प्यात प्रवेश करत आहात. याचा अर्थ असा की अधोगामी जाणाऱ्या शक्तिचा मार्ग तुम्ही चालत आहात. म्हणजेच सहस्त्रार केन्द्राकडून आज्ञा, विशुद्धी, अनाहत, मणीपूर, स्वाधीष्ठान व मूलाधार असा वरून खाली जाणारा शक्तिचा मार्ग तुम्ही आक्रमत आहात. हा मार्ग पारंपारिक मार्गांपेक्षा वेगळा आहे कारण पारंपारिक मार्गात सर्वांत खाली असलेल्या मूलाधार चक्रापासून प्रारंभ करुन ती शक्ति वर वर जाऊ लागते.

सहस्त्रार केन्द्राची स्पंदने

ज्यावेळी सहस्त्रार केंद्र जागृत होते. त्याच्या फिरण्यामुळे कंपने सुरू होतात त्यावेळी फुलांच्या पाकळ्याप्रमाणे ठिणग्या बाहेर पडल्याचे जाणवते.

ह्या श्वसनामुळे सर्व चक्रांचे शुद्धीकरण होत असतानाच सहस्त्रार, आज्ञा व विशुद्धी या चक्रांची कार्यशक्ति वाढते.

सहस्त्रार केन्द्रः आपल्या स्थूल शरीरापलिकडे दैवी जाणीवेशी जोडलेले असते. त्याचा रंग शुभ्र चांदीप्रमाणे चकाकणारा आहे, याचे मुख्य कार्य आपल्या सूक्ष्म शरीरातील जाणीवेशी त्या वैश्वीक शक्तिशी संयोग करुन आणणे आणि त्या अमर्याद शक्तिचा उपयोग करुन घेणे. जे अनाकलनीय आहे ते समजून घेणे. त्या वैश्वीक शक्तिशी जुळवून घेऊन तीला शरण जाणे. जीवनाचा अध्यात्मिक अर्थ समजून घेणे. सहस्त्रार हे मानवाच्या सर्व श्रेष्ठ जाणीवेचे स्थान आहे. ज्यावेळी हे केन्द्र जागृत होते त्यावेळी तो त्याच्या वैयक्तिक जाणीवेच्या पलिकडे जातो. मी, तू, ते यांच्या भावनेपासून दूर जातो. तो त्याच्या व्यक्तिमत्त्वापेक्षा मोठा होतो.

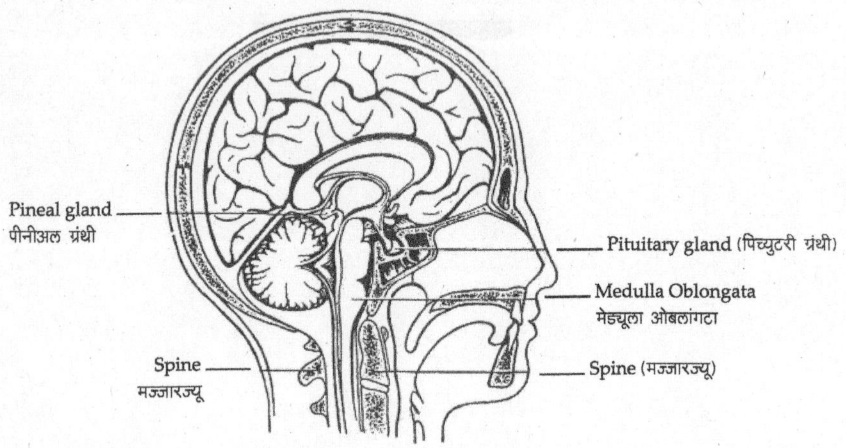

पीनीअल ग्रंथीला "तिसरा डोळा" म्हणतात. ऐहिक व अध्यात्मिक जगताला जोडण्याचे काम ही ग्रंथी करते. या पीनीअल ग्रंथीचा आकार वाटाण्यायेवढा असतो आणि पीचूटरी ग्रंथीच्या वरच्या व मागच्या बाजूला एका लहानशा अशा खोबणीत मेंदूच्या मध्यभागी ती असते. पीचूटरी ग्रंथी नाकाच्या वरील भागामध्ये असते.

आज्ञा चक्राची स्पंदने

आज्ञा चक्र जागृत झाल्यावर भ्रूमध्यातून आणि कानशीलाच्या बाजूने वर जाणाऱ्या व पक्ष्याच्या पंखाप्रमाणे दिसणाऱ्या आकृत्या दिसतात.

आज्ञा चक्रः ह्या चक्राच्या ठिकाणी तीन मुख्य नाड्या – ईडा, पिंगला व सुषुम्ना – एकत्र येऊन त्यांच्यातील जाणीवेचा प्रवाह सहस्त्रार या उच्च केंद्राकडे वरच्या दिशेने प्रवाहित होतो. आज्ञा म्हणजे हुकुम, समज, ज्ञान आणि अधिकार. शरीरामध्ये पीनीअल ग्रंथी, डोळे आणि मेंदू यांच्याशी ते जोडलेले आहे. या चक्राचे तत्त्व म्हणजे "महातत्त्व" ज्या तत्त्वामध्ये बाकीची सर्व तत्त्वे उच्च व शुद्ध स्वरुपात सामावलेली असतात याचा रंग जांभळा आणि निळा असतो. हे चक्र उत्तेजीत झाल्यामुळे एखाद्याची द्विधा मनःस्थिती जाऊन तो आंतर्ज्ञानामुळे स्थिर मनःस्थिती अनुभवू शकतो. याचा अर्थ असा कि कुठलीही गोष्ट शहानिशा न करताच तीचा स्वीकार ती व्यक्ति करत नाही. हे चक्र उत्तेजीत करताना स्वच्छ विचार, शांतता, अंतर्ज्ञान व वैश्वीक ज्ञान यावर मन एकाग्र करण्यास तीची मदत होते. आज्ञा चक्र हे गुरु व शिष्य यामधील एक दुवा आहे. दोन व्यक्तिमध्ये मानसिक देवाण-घेवाण (एकमेकांच्या मनांतील विचार) करण्याची पात्रता येऊ शकते.

'आज्ञा चक्र' ह्यालाच 'तिसरा नेत्र', 'दैवी दृष्टी' किंवा 'दिव्य नेत्र' म्हणतात. ज्यामुळे त्या व्यक्तिला भविष्यात घडणाऱ्या गोष्टीची कल्पना येते. श्वसन प्रकाराच्या सरावामध्ये प्राणशक्ति सर्व शरीरभर योग्य प्रमाणात प्रसरण्याचे कार्य 'आज्ञा चक्र' करते. आज्ञा चक्राच्या ठिकाणी प्रकाश दिसण्याची क्रिया उत्तम प्रकारे होऊ लागली की साधकाला प्राणतत्त्वाचा प्रवाह शरीरात जाणवू लागतो.

विशुद्धी चक्राची स्पंदने

विशुद्धी चक्राची तांबड्या-निळ्या रंगाची प्रसरण पावणारी स्पंदने.

विशुद्धी चक्रः विशुद्धी याचा अर्थ 'शुद्ध' 'पवित्र' शरीरामध्ये याचा संबंध गळा, कान, थॉयराईड ग्रंथी, पॅराथॉयरॉईड ग्रंथी यांच्याशी असून या चक्राचे तत्त्व 'इथर' आहे. विशुद्धी चक्राचे तत्त्व 'ध्वनी' असून त्या संबंधीचा अवयव 'कान' आहे. याचा रंग तांबडा व निळा आहे. या चक्राच्या उत्तेजीत होण्यामुळे सत्य निर्भिडपणे मांडता येते व सत्याचे ज्ञान होण्यास व दुसऱ्याला ते सांगण्याची कला अवगत होते. या चक्राच्या जागृत होण्यामुळे मन शुद्ध होते व सर्व चराचराशी मित्रत्वाचे नाते तयार होते. जागृत झालेल्या विशुद्धी चक्रामुळे साधकाला अशा तऱ्हेची स्थिती प्राप्त होते. त्यातून मिळणाऱ्या अनुभवामधून उच्च प्रतीचे ज्ञान प्राप्त होते. जीवनातील फक्त चांगले अनुभवच न घेता, वाईट अनुभव ही तितक्याच सम्यक वृत्तीने तो साधक घेऊ शकतो. आपल्या जीवनातील दुःखाचे क्षण/अनुभव टाळून फक्त सुखाचे अनुभवच घेण्याची त्याची वृत्ति न राहता ज्या व जशा गोष्टी घडणार आहेत त्या तशाच घडू देण्यातच त्याला स्वारस्य असते. अशा समान वृत्तीमुळे परस्पर विरोधी होणाऱ्या जीवनातील घटनांचे योग्य ज्ञान व त्या घट नांकडे तारतम्य भावाने बघण्याची त्याची वृत्ती तयार होते. या चक्राच्या जागृत होण्यामुळे उच्च पातळीकडून येणाऱ्या जाणीवा व नुसतेच अजाणतेपणानी केलेली बडबड या मधील फरक तो जाणू शकतो. ज्या साधकाचे विशुद्धी चक्र जागृत झाले आहे अशा साधकाच्या जीवनांत येणाऱ्या नकारात्मक गोष्टींचा नकारात्मक परिणाम न होऊ देण्याची शक्ति त्याच्यात येते आणि त्यामुळे त्याच्या पुढील

कोणतीही समस्या तो सोडवू शकतो कि ज्या समस्येमुळे त्याला शारीरिक आजार होण्याचा संभव असतो.

ह्या चक्राची कंपने कंठामध्ये एखाद्या लहान पक्ष्याच्या किंवा फुलपाखराच्या पंखाच्या फडफडीप्रमाणे जाणवतात. बाजूच्या पानावरील आकृतिमध्ये विशुद्धी चक्र जागृत झाल्यावर त्याची कंपने प्रसंगानुरुप कशी वाढत जातात हे दाखवले आहे.

साधकाने जर हे श्वसन अगदी अचूकपणे केले तर त्याला सूक्ष्म (अदृष्य) आकार पाहाण्याची दृष्टी प्राप्त होईल. आणि नकारात्मक गोष्टी कशा आपोआप बाहेर फेकल्या जातात ह्याची जाणीव होईल.

या श्वसनाचा उद्देश असा आहे कि प्राण म्हणजे सूक्ष्म (अदृष्य) शक्तिने तुमचे सर्व शरीर भारून टाकून जाणीवेच्या उच्च पातळीकडे मार्गक्रमण करण्याची तुमची तयारी करून घेणे. या उच्च पातळीचे पहिले लक्षण म्हणजे आनंद व दैवी प्रकाश व प्रेम यांचा अनुभव येण्यास सुरूवात होणे.

प्रकरण दहावे

२. उत्साहवर्धक / चैत्यन्यदायक श्वसन

योग्य श्वसनाने आपली प्रकृति चांगली रहाते. तोच फायदा आपल्या मनालासुद्धा जाणवतो. आपण आनंदी व मनाच्या सकारात्मक स्थितीत रहातो. अध्यात्मिक पातळीवर आपण शांततेचा अनुभव घेतो. आपल्या योग्य श्वसनामुळे आपण शरीरात, मनात व चैत्यन्यात जास्त प्रमाणात प्रकाश घेतो त्यामुळे आपण सर्व गोष्टी व परिस्थिती योग्य तऱ्हेने पाहू शकतो.

स्मरणवर्धक श्वसन प्रकारानंतर आपल्या मेंदूतील प्रत्येक पेशी पूर्णपणे शुद्ध व शक्तिशाली झाली आहे. त्यामुळे आपले संपूर्ण शरीर चैतन्यमय झाले आहे. उत्साहवर्धक श्वसनामुळे ती शक्ति सर्वत्र प्रसरविण्यास मदत होते. मनांतील व शरीरातील अडथळे नाहिसे करून या श्वसनाद्वारे आलेल्या शक्तिला सर्व शरीरभर प्रसरविले जाते.

आपल्या सरावाच्या वेळी परत परत हे सांगितले जाते कि योग्य तऱ्हेने श्वसन केल्यामुळे आपले शरीर व मन शुद्ध होऊ लागते व या श्वसनामुळे प्रत्येक श्वासागणिक शरीरामध्ये येणाऱ्या त्या वैश्वीक शक्तिची जाणीव होऊ लागते. तुम्हाला हे माहित होईल ज्यावेळी तुम्हाला त्याची जाणीव होईल. ही प्रक्रिया उत्साहवर्धक श्वसनामुळे होईल.

ज्यावेळी तुम्ही या श्वसन प्रकाराचा सराव चालू करता त्यावेळी तुम्हाला असे वाटेल कि प्राणशक्ति तुमच्या शरीरात खेचली जात आहे.

कल्पना करा की, आपल्या शरीरातील प्रत्येक पेशी पुनरुत्पादित होत आहेत.

उत्साहवर्धक श्वसन प्रकार करण्याची कृति

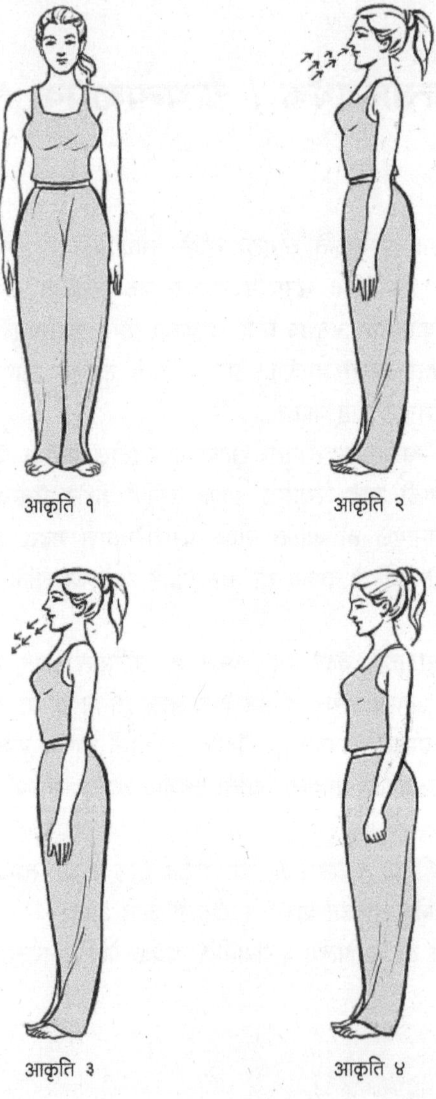

सूचनाः हा श्वसन प्रकार शक्तिशाली आहे. दिलेल्या सूचनांचे काळजीपूर्वक पालन करा.

उत्साहवर्धक श्वसन प्रकार

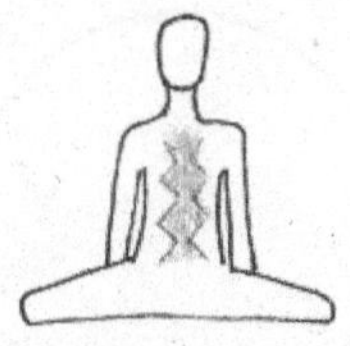
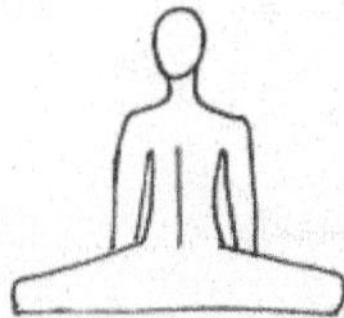

जेव्हा तुम्ही श्वास आत घेता त्यावेळी तुमची छाती फुगत आहे आणि प्रकाशाने भरत आहे आणि तो प्रकाश मुलाधार चक्रापर्यंत जात आहे असा विचार करा. उच्छ्वासाबरोबर सर्व दूषित द्रव्ये बाहेर फेकत आहात व तो मार्ग प्रकाशाने भरून गेला आहे.

उत्साहवर्धक श्वसन प्रकार करण्याची कृति

सुरवात दोन श्वसनांनी करुन ७ पर्यंत एका आठवड्यात वाढवा. या नंतरचे सर्व श्वसन प्रकार उभ्याने करावयाचे आहेत.

ताठ उभे रहा. पाठीचा कणा ताठ ठेवा. टाचा जुळवून घ्या. पायाच्या आंगठ्यामध्ये अंतर ठेवा. पोट आत ओढून घ्या व कुल्ले ताणून घ्या.

१. सावकाश श्वास घ्या. श्वास आत घेताना पोटाच्या खालील भागापर्यंत जाईल असा दिर्घ श्वास घ्या.
   प्रथम फुफ्फुसाचा खालील भाग. नंतर मधील भाग आणि नंतर वरचा भाग श्वासाने भरत आहे असा विचार करा. तुमच्या हे लक्षात येईल कि जर तुम्ही श्वास आत घेण्याची क्रिया अचूक करत असाल तर तुमचे पोट थोडेसे आत खेचले जाईल.

२. तीस सेकंदापर्यंत श्वास आत रोखून धरा.

३. आता जोराने उच्छ्श्वास, ओठ जरासे विलग करुन शूSSSS असा आवाज करत करा. छाती फुगलेली राहिल याकडे लक्ष द्या. जसा जसा श्वास बाहेर पडत आहे तसतसे पोट वर उचलून घ्या.
   ओठ विलग करुन शीळ वाजवण्याची कृति करा. पोट आत ओढून घ्या व सर्व हवा पूर्णपणे बाहेर गेल्याची खात्री करा.
   आता श्वास घ्या आणि छाती व सर्व शरीर सैल सोडा आणि काही वेळ लयबद्धपणे श्वास आत घ्या व बाहेर सोडा. या श्वसन प्रकाराची बोधवचने मनातल्या मनात म्हणा.

बोधवचने आणि दृष्ये

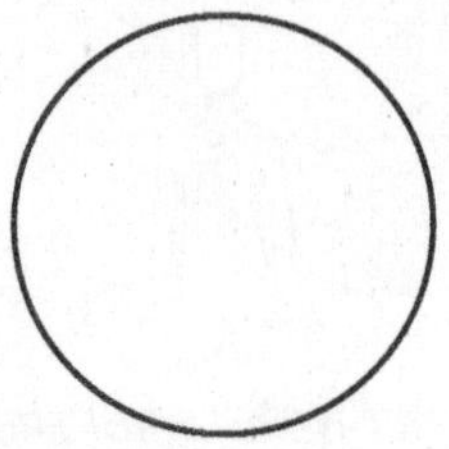

पूर्णत्त्वाचे चिन्ह म्हणून पूर्ण वर्तुळ डोळ्यासमोर आणून खालील बोधवचने थोड्या मोठ्या आवाजात म्हणा.

या बोधवचनाचा अचूक परिणाम होण्यासाठी ही बोधवचने पूर्ण विश्वासाने, ठामपणे व उत्साहाने म्हणणे आवश्यक आहे – मंदपणे व मरगळल्याप्रमाणे म्हणू नयेत.

आता पूर्णपणे विश्रांती घेत – घेत खाली खाली येत – पूर्णपणे शीथील होत – ह्या साध्या दिसणाऱ्या शब्दाच्या सुप्त अर्थाकडे (गर्भितार्थाकडे) लक्ष देत ही वचने म्हणा.

हे पाठ करा व म्हणा

नऊ शाश्वत सत्येः

"मी पूर्ण आहे – मी पूर्णत्व आहे – कोणतीही त्रुटी नाही – काहीही वाढ करणे अशक्य आहे – मी पूर्ण आहे.

"मी परीपूर्ण आहे.

"मी बलवान आहे.

"मी शक्तिशाली आहे. मी पूर्णपणे शक्तिशाली आहे. माझ्या शरीरातील प्रत्येक पेशी माझ्यासाठी कार्यरत असलेल्या उर्जेचे केंद्र आहे. मी शक्तिसंपन्न आहे.

"मी प्रेमळ आहे.

"मी समरस झालो आहे – मी त्या शाश्वत, चिरस्थायी, न बदलणाऱ्या अमर विश्व नियमांशी एकरूप झालो आहे.

"मी श्रीमंत आहे.

"मी तरूण आहे आणि आता तो द्रवरुपी पदार्थ सर्वांगात पसरत आहे. जणू काही तो द्रवरुपी प्रकाश माझ्या नसानसात सळसळत खाली खाली वहात असल्यासारखा मला भासतो.

"मी आनंदी आहे. मला आनंद होत आहे. मी आनंदी दिसतो. मी आनंदी आहे.

"मी अत्यानंदाने आभार प्रदर्शित करत एक लहानसा श्वास घेतो आणि दिर्घ असा उच्छवास करतो. मी परत एक लहानसा श्वास घेतो आणि लगेचच उच्छवास करतो."

उत्साहवर्धक श्वसन प्रकार

सहस्त्रार, आज्ञा व विशुद्धी चक्र प्रभावित झाल्यानंतर व विषारी द्रव्ये बाहेर फेकल्यानंतर शक्तिशाली असे स्मरणवर्धक श्वसन आपण केले. यानंतर आता आपण उत्साहवर्धक श्वसन करत आहोत. हे एक दिर्घ श्वसन आहे कि जे आज्ञा चक्रापासून थेट मुलाधार चक्रापर्यंत जाते. सावकाश श्वास आत घेऊन जोराने उच्छ्श्वास करण्याने विषारी द्रव्ये बाहेर फेकण्यास मदत होते. काही काळाच्या सरावा-नंतर प्रभावित झालेल्या चक्रांना एका पातळीवर आणून त्यांच्यात संतुलन प्रस्थापीत करण्याचे काम हा श्वसन प्रकार करतो. आणि ह्या चक्रांचे गुणधर्म वृद्धींगत होतात.

'आज्ञा चक्र' त्याच्या विशिष्ट गुणधर्मामुळे अशी दिव्य ग्रहणशक्ति उत्पन्न करते कि त्यामुळे गुरुंच्या शिकवणीतील मर्म खऱ्या अर्थाने समजण्याची प्रक्रीया चालू होते. 'विशुद्धी चक्र' दोन भिन्न गोष्टीतील फरक समजण्याची व सारासार विचार करण्याची दृष्टी देते. *'अनाहत'* चक्र किंवा आपल्या भावनाचे केन्द्र जेव्हा पूर्णपणे जागृत होते त्यावेळी सर्व जगाबद्दल, सर्व प्राणीमांत्राबद्दल आपल्याला प्रेम व दया वाटू लागते. *'मणीपूर'* चक्र आपल्या पचनसंस्थेचे नियमन करते. तसेच हे चक्र म्हणजे आपल्या शरीरातील उर्जेचे मुख्य स्थान आहे व ज्यावेळी ते जागृत होते त्यावेळी आपल्यामधील धैर्याचा आणि दैवी गुणांचा प्रत्यय आणून देते. *'स्वाधीष्ठान'* चक्रापासून सुप्त भावनांची/अज्ञात मनाची सुरूवात होते आणि उपजत ज्ञान, प्रज्ञा, राक्षस व देवता याबद्दलचे सुप्त ज्ञान उघड करते. *'मुलाधार'* चक्र हे आपल्यातील मूळ ज्ञानाचा पाया आहे. आपल्या ऐहिक व अध्यात्मिक या दोन्ही ज्ञानांचे ते उगमस्थान आहे. मूलाधार चक्र हे उपजत ज्ञान दर्शवते.

तुम्हाला दिले जाणारे ज्ञान तुम्ही पूर्णपणे समजून घेतले पाहिजे. ज्या प्रमाणे एखादे बी सुपीक जमिनीत पेरल्यावर त्याची काळजी घेऊन वाढवले जाते, त्याच प्रमाणे हे अध्यात्मिक ज्ञानाचे बी पेरल्यावर त्याला योग्य खतपाणी घालण्याची आवश्यकता असते ती या श्वसन प्रकार, ध्यानधारणा आणि निःस्वार्थसेवा यामधून दिली जाते. आपले शरीर ज्या मूळ तत्त्वांपासून बनलेले आहे ती मूळ तत्त्वे ज्या वैश्वीक शक्तिमध्ये आहेत ती शक्ती आपण योग्य श्वसनाद्वारे आपल्या शरीरात

शोषून घेतो. जेवढे जास्त लयबद्ध श्वसन आपण करू तेवढ्या जास्त प्रमाणात प्राणाची शक्ति आपणास जाणवेल.

अध्यात्मिक बोधवचनातील शब्द हे जणू तुम्ही पेरत असलेले दाणे आहेत. तुम्ही जीतक्या तीव्र भावनेने ते शब्द उच्चारता त्या प्रमाणातच त्यातील भावना तुमच्यामध्ये वृद्धींगत होऊन प्रकट होत असतात. कल्पना करणे व मनःचक्षुने दृष्य पहाणे या आपल्या दोन सर्जनशील शक्ति आहेत, ज्याचा आपण आपल्या व्यवहारात नेहमी उपयोग करत असतो. त्या वाढविण्याच्या दृष्टीने प्रयत्न केले पाहिजेत. याचा अर्थ असा कि प्रत्यक्षात जी परिस्थिती तुम्हाला हवी आहे त्या परिस्थितीची चित्रे तुम्ही तुमच्या मनःचक्षुसमोर रंगवली पाहिजेत. विचार ही अतीप्रबळ अशी शक्ति आहे आणि तुम्ही तुमच्या व्यवहारात तीचा क्षणोक्षणी उपयोग करत असता. या अभ्यासक्रमाचा सराव करत असताना मी माझे विचार पाहू लागले आणि जे जे मी उच्चरत होते त्याचा एक एक आकार मी पाहू शकत होते. मी फक्त तो आकारच पहात नव्हते, तर त्या विचारात सामावलेले बारकावे, जे मला नेहमीच्या परिस्थितीत कधीही समजले नसते. ते पहात होते. एका विचाराच्या आकारातूनच अनेक विचारांच्या आकाराची शृंखलाच उत्पन्न होत होती. म्हणून तुम्ही हे पक्के लक्षात ठेवा कि प्रत्येक विचाराला त्याचा एक आकार असतो व तो प्रकट होण्याची क्षमताही त्यामध्ये असते. जसजसा तुमचा सराव वाढत जाईल तस तशी या विचारांचे आकार व ते आकार जाणण्याची तुमची क्षमता वाढत जाईल.

चैत्यन्यवर्धक प्रकारामुळे 'नऊ शाश्वत सत्यातील' गूढ विचार हळूहळू तुम्हाला अशा तऱ्हेने आकलन होत जातील की तुमच्या ऐहिक जीवनांतील दररोजच्या व्यवहारात ते तुम्ही प्रकट करू शकाल किंवा त्यांचा अनुभव घेऊ शकाल. कोणतीही भीती, कोणताही संशय मनांत न बाळगता एखाद्या निरागस मुलाप्रमाणे तुम्ही तुमची वृत्ति ठेवा.

"मी सर्व आहे" मनाच्या अगदी निर्विकार अवस्थेमध्ये *'पूर्ण'* या शब्दाचा विचार करा. कदाचित् गोलाकाराची भावना तुमच्या मनात येईल. आता मनातून बाहेर – बाहेर जात असल्याचा विचार करा आणि तुम्हाला ती गोलाकाराची भावना वाढत असल्याचे जाणवू लागेल. तुम्ही त्या भावनेत विरघळून जा आणि ती भावना लय पावून तुम्ही एका आनंददायी पूर्णत्त्वाचा अनुभव घेऊ लागाल.

शारीरिक जाणीव, द्विधा व्यक्तिमत्त्व, मनाविरूद्ध विचार, मनाचे बाहेर भरकट

णे या सर्वांमुळे 'पूर्ण' याचा खरा अर्थ आपण विसरून गेलो आहोत. जेव्हा तुम्ही तुमच्या दैनंदिन जीवनात अशा पातळीवर पोहचाल कि ज्यावेळी तुमच्या मधील जाणीवेला किंवा परमेश्वराने तुम्हाला दिलेल्या दैवी शक्तिला, जी धर्म जातपात विरहीत असते, त्यावेळी तुम्ही ती पूर्णत्त्वाची भावना समजू शकाल.

"पूर्णत्त्व" हे तुमच्यातच असते, जर तुम्ही तुमचे विचार त्या पूर्णत्त्वाच्या भावनेने केलेत तर ते निश्चितच फलद्रुप होतील! जर तुम्ही एखादी गोष्ट करताना साशंक असाल किंवा तुम्हाला ती गोष्ट होईल की नाही अशी भिती वाटत असेल तर तुम्ही तुमचा मार्ग तपासा. तुम्ही काय करता, तुम्ही काय बोलता आणि तुमचा आत्मविश्वास किती आहे याचा विचार करा. तुम्ही, काय व कसे बोलता त्यामुळे फरक पडतो. एखादा यशस्वी माणूस आत्मविश्वासाने अशा तऱ्हेने बोलतो की इतरांचा त्याच्यावर विश्वास बसतो. एखाद्या अयशस्वी माणसाला चांगले ज्ञान असूनही त्या ज्ञानाचा व्यवहारांत उपयोग कसा करायचा हे त्याला जमत नाही. आत्मविश्वास हा फारच महत्त्वाचा असतो आणि 'मी पूर्ण आहे' असे म्हणण्यामुळे आत्मविश्वास वाटू लागतो. जर तुम्ही पूर्ण आहात पूर्ण विश्व आहात, ज्याचा तुम्ही एक भाग आहात म्हणजेच तुम्ही पूर्ण आहात. कुठलीही भीती नाही! कुठलीही गोष्ट न होण्याचा प्रश्नच नाही. मी पूर्ण आहे. या कल्पनेचा विस्तार-तुमच्यात कोणतीच कमतरता नाही. तुमच्यात काहीच वाढवता येत नाही. जर एखादी गोष्ट पूर्ण असेल तर त्याच्यात कोणतीच उणीव असणे शक्य नाही.

पाण्याने पूर्ण भरलेले पात्र हे ह्याचे एक उत्तम उदाहरण होय! तुम्ही त्यांच्यात आणखीन पाणी वाढवू शकत नाही. कारण ते पूर्णपणे भरलेले आहे. त्याच प्रमाणे जर तुम्ही पूर्ण आहात तर तुमच्यात काहीही भर घालता येणार नाही. कारण तुम्ही संपूर्ण भरलेले आहात.

जेव्हा तुम्ही ही बोधवचने म्हणता त्यावेळी त्यांचा परिणाम होण्यासाठी ती तुम्ही मनापासून ठामपणे म्हटली पाहिजेत. ज्यावेळी तुम्ही ती काही काळ परत परत म्हणता त्यावेळी ती तुमच्या सूप्त मनात प्रवेश करतात. त्यामुळे तुमच्या शारीरिक हालचाली, तुमचे बोलणे-चालणे आणि एकूणच तुमचे व्यक्तिमत्त्व यावर त्याचा प्रभाव पडतो.

"मी परीपूर्ण आहे" जेव्हा तुम्ही *'परीपूर्ण'* या शब्दाचा विचार करता त्यावेळी मनात वाटणारी भावना ही *'पूर्ण'* या शब्दाच्या भावनेपेक्षा वेगळी असते. या दोन

शब्दांवर ध्यान करा आणि त्यावेळी तुम्हाला वाटणाऱ्या वेगवेगळ्या भावनांची नोंद करा आणि त्यावेळी वाटणाऱ्या भावना ज्यावेळी तुम्हाला जरूर वाटेल त्यावेळी त्या तुम्ही परत अनुभवू शकाल. तुम्ही *'पूर्ण'* आहात म्हणजे तुम्ही *'परीपूर्ण'* असे असणारच ! ज्यावेळी तुमच्यात कमतरता वा उणीव असते त्यावेळी 'अपूर्णता' येते. पण तुम्ही जर *'पूर्ण'* आहात तर तुम्ही *'परीपूर्ण'* असणारच. मी पूर्ण आहे, मी परीपूर्ण आहे.

म्हणजे तुम्ही परीपूर्ण आहात. जे काम तुम्ही हातात घेता त्यासाठी तुम्ही परमेश्वराचे एक प्रेषक म्हणून जबाबदार आहात ते काम तुम्ही आत्मविश्वासाने व मनापासून केले पाहिजे. नेहमी त्या निसर्गाकडे बघा. निसर्ग सर्व दृष्टीने परीपूर्ण आहे. जसे ग्रहताऱ्यांचे् भ्रमण, तुमच्या शरीरातील क्रिया, वनस्पती व प्राणी, निसर्ग त्याच्या कामात कोणतीही चालढकल करत नाही. त्याची कामे कोणताही भेदभाव न करता सतत चालू असतात.

"मी शक्तिशाली आहे" 'शक्तिशाली' या शब्दाचा विचार तुम्ही करता त्यावेळी तुमच्या मनांत जी कोणती संवेदना तुम्हाला जाणवेल ती तुम्ही सर्व शरीरभर पसरवा. हे फारच महत्त्वाचे आहे. कारण तुमची 'शक्ति' बद्दलची कल्पना या संवेदनेशी निगडीत आहे. जसे हत्तीची कल्पना करणे. 'शक्तिशाली' या शब्दाचा विचार करताना मनांत कोणते चिन्ह तुम्हाला दिसते ते लक्षपूर्वक बघा. माझ्या मनांत वाऱ्याचे चिन्ह दिसले होते.

आता तुम्ही जर *'पूर्ण'* आणि *'परिपूर्ण'* आहात तर तुम्ही *'शक्तिशाली'* असणारच. या ठिकाणी आपण *'शक्तिशाली'* आणि *'बलवान'* यातील फरक समजून घेतला पाहिजे. *'शक्तिशाली'* या शब्दाने ताकदीचे प्रतीक दृष्टि समोर येते – जसे हनुमान, हत्ती वगैरे. ताकद म्हणजे एखाद्या विशिष्ट परिस्थितीत व त्यावेळी एखाद्याने त्याची जास्तीत जास्त ताकद पूर्णपणे वापरलेली असते. जेव्हा मी २०० पौंडाचे वजन उचलते ती माझी ताकद झाली. आजूबाजूच्या परिस्थितीचा विचार करता तो माझा विक्रम होता. 'मी शक्तिशाली आहे' तुम्ही ज्यावेळी काही काळपर्यंत हे वारंवार म्हणाल त्यावेळी तुम्हाला हे जाणवू लागेल कि तुमच्यात प्रचंड शक्ति तयार झाली आहे – प्रत्येक वेळी चालताना, काम करताना, व्यायाम करताना त्या प्रत्येक वेळी, ज्या क्षणी तुम्ही म्हणता तुम्ही अशक्त झाला आहात त्याच क्षणी ताबडतोब तुमच्या शरीरातील चलनवलन लगेचच बदलून जाते. म्हणून सातत्याने 'मी शक्तिशाली आहे' असे दृढपणे म्हणा.

"मी बलवान आहे" या आधीच्या बोधवचनाप्रमाणेच याचेहि स्पष्टीकरण करता येईल. *'बल'* म्हणजे तुम्हाला काय वाटते आणि त्याचे कोणते चिन्ह तुमच्या मनःचक्षुसमोर येते? मला विशाल समुद्राचे दृष्य दिसू लागते.

माझ्या शरीरातील प्रत्येक पेशी एक यंत्रणा बनून माझ्यासाठी कार्य करत असल्यासारखे वाटते. मी बलवान आहे. 'बळ' म्हणजे काय? तर एखादी गोष्ट करण्यास लागणारी उर्जा. ती उर्जा नसेल तर तुम्ही दमलेले, भागलेले व उद्-विग्न झालेले दिसाल. म्हणून तुम्ही 'मी बलवान आहे' असे म्हटले पाहिजे. तुमच्या शरीरांतील असंख्य अगणीत पेशी प्रत्येक सेकंदासेकंदाला तितक्याच अगणीत क्रिया तुमच्यासाठी करत असतात आणि ज्यावेळी त्या पेशींकडून त्यांच्या पूर्ण क्षमतेने तुम्ही काम करून घेता त्यावेळी तुम्ही सर्व श्रेष्ठ असता. बलवान असता.

मी सर्व आहे. मी पूर्ण आहे, मी शक्तिशाली आहे. मी बलवान आहे, ही सर्व बोधवचने तुमच्यात असलेल्या प्रचंड शक्तिची निदर्शक आहेत. तुमच्या शरीरात असंख्य अगणीत पेशी आहेत. प्रत्येक पेशीमध्ये 'डीएनए' नावाचे अतीसूक्ष्म द्रव्य असते. त्याबद्दलचे ज्ञान अतीशय प्रचंड असून ते वैश्वीक प्रज्ञेशी जोडलेले आहे. अशा तऱ्हेची रचना प्रत्येक पेशीपेशीमध्ये असते.

तुमच्या कल्पनेप्रमाणे 'बलवान' असलेल्या एखाद्या गोष्टीचे मानस-चित्र तयार करा.

"मी प्रेमळ आहे" प्रेमाचा विचार करा. त्याचे न बदलणारे रुप, त्यातले तत्त्व अशा कोणत्याही स्वरुपात तुमच्या मनात ती प्रेमाची भावना तयार करा. प्रेमाची अनेकविध रुपे आहेत. "परमेश्वराचे प्रेम" याचा तुम्हाला अभिप्रेत असलेला खरा अर्थ काय याचा विचार करा. माझ्या मते प्रेमाचा खरा अर्थ निसर्गामधूनच प्रकट होतो. सर्वसाधारणपणे आपल्या जन्मा-पासून ते आतापर्यंतच्या आपल्याला आलेल्या अनुभवाप्रमाणे व वेगवेगळ्या कल्पनांनुसार प्रेमाचा अर्थ आपण लावतो. माता-पित्यांचे, बहीणभावाचे व मित्राचे प्रेम हा एक प्रकार झाला. स्त्री-पुरुष यांच्यातील प्रेम हा दुसरा. दुर्दैवाने आपण जे वाचतो किंवा सिनेमातून पहातो त्यामुळे स्त्री-पुरुषामध्ये लैंगीक प्रेमाशिवाय दुसरे प्रेम असूच शकत नाही असा आपला दृढ गैरसमज झालेला असतो, पण लैंगीक प्रेम हा प्रेमाचा फक्त एक पैलू आहे. प्रेमाचा संबंध फक्त लैंगीकतेत नसून त्याच्या पलिकडेही प्रेमाची भावना असू शकते.

आपण खरे प्रेम म्हणजे काय हे शिकले पाहिजे. प्रेम हे इतके विशाल आहे, कि तुम्हाला विचारले कि परमेश्वर तुमच्या दैनंदीन जीवनात कसा भेटतो तर त्याचे उत्तर "प्रेमामधून" असेच असेल आणि आपण परमेश्वराचे अस्तीत्व कसे जाणतो तर फक्त त्याच्या प्रेमातूनच!

परमेश्वराशी आपलेपणानी वागा. त्याला तुमच्यावर भावनांचा वर्षाव करण्यास सांगा आणि प्रेमाची भावना जाणण्यास सांगा.

"मी सुसंगत आहे" विश्वातील सुसंगता, तालबद्धता, समतोलता व शांतता यांचा विचार करा. विश्वासातील सुव्यवस्थेचा विचार करा. हे विचार तुमच्या मनातून भावनेप्रत पोचले पाहिजेत आणि ती भावना इतकी खोलवर गेली पाहिजे की कोणत्याही वेळी ती तुम्हाला वापरता आली पाहिजे. जर तुम्ही सर्व आहात, पूर्ण आहात, शक्तिशाली आहात, बलवान आहात, प्रेमळ आहात तर तुम्ही सुसंगत असालच. परमेश्वरानी त्याच्या स्वतःच्या आनंदासाठी व करमणूकीसाठी विश्वाची उत्पत्ती केली. त्यांनी त्याची लिला म्हणून जग उत्पन्न केले असा विचार हिंदूधर्मात कधी कधी सांगितला जातो. आपण विश्वाचे जे दृष्य स्वरुप बघतो त्यामध्ये सुसंगता आणि आनंददायक गोष्टी उत्पन्न केलेल्या आहेत. निसर्गाकडे पहा आणि तुमच्या असे लक्षात येईल की सर्वत्र सुसंगतेशिवाय दुसरे काहीच नाही.

"मी श्रीमंत आहे" विश्वातील कधीही न संपणाऱ्या गोष्टींचा विचार करा. तुम्ही श्रीमंत आहात, कशाचीच कमतरता नाही. निसर्गाचा विचार करा आणि तुमच्या असे लक्षात येईल कि निसर्गामध्ये सर्वच गोष्टी विपुल आहेत.

"मी तरुण आहे" मस्तकापासून पायाच्या तळव्यापर्यंत तुमचे शरीर एखाद्या प्रवाही पदार्थासारखे (उदा. पाण्यासारखे) आहे. अशी कल्पना करा. असंख्य प्रकाशाचे ओहळ वरुन खाली वाहात आहेत अशी कल्पना करा. ते प्रवाह खाली खाली वाहात आहेत असे दृष्य डोळ्यासमोर आणा.

"मी आनंदी आहे" अशी कल्पना करा कि तुम्ही तुमच्या मस्तकाकडे वर पहात आहात. आता आनंदाचे विचार तुमच्या मस्तकातून वर वर पाठवत आहात. आता तुमचे मन व शरीर अगदी शिथील करा व अशी कल्पना करा कि तुमच्या शरीरातील पेशीन् पेशी आनंदाने भरून गेली आहे. आनंद ही अशी एक शक्ति आहे कि त्यामुळे या विश्वातील सर्व शक्ति घुसळून निघतात.

या श्वसन प्रकारात तुम्ही तुमच्या शरीरातील सर्व शक्ति एका सुसंगत अशा स्थितीत आणता. तुम्ही त्या सर्व शक्तिंना एका दिशेने वळवता. ज्या प्रमाणे इलेक्ट्रीक दिव्यामध्ये सर्व अणूरेणूमध्ये चुंबकत्त्व आणून त्यांना एका दिशेने प्रवाहित करतात.

३. प्रेरणादायक श्वसन प्रकार

हजारो वर्षांपूर्वी ऋषीमुनींनी श्वासावर नियंत्रण ठेवण्याची एक अशी शक्तिशाली पद्धत शोधून काढली. त्यांनी ही पद्धत भिती नाहीशी करण्यासाठी, रोग बरे करण्यासाठी आणि अध्यात्मिक प्रगतिसाठी वापरली. या श्वसनप्रकारांमध्ये एक असामान्य शक्ति सामावलेली आहे. कारण ते अध्यात्मिक जीवन-शक्तिमधून आपल्या जीवनाला आधार देण्याची शक्ति देतात. आपला श्वास हा 'प्राण' नावाच्या जीवनशक्तिचे वाहान आहे.

कारण आपला श्वास हा जीवन-शक्ति किंवा 'प्राण' याच्याशी अगदी निगडीत आहे व तो आपल्या शरीरात होणाऱ्या प्रत्येक मानसिक, भावनिक व शारीरिक क्रिया यांच्यावर नियंत्रण ठेवतो. दुःखाचा व भितीचा प्रत्येक अनुभव या श्वसन प्रकारामुळे नियंत्रणात ठेवला जातो. तसेच रोग बऱ्या करण्याच्या अतीशय शक्तिशाली शक्ति, या श्वसन प्रकारात सामावलेल्या आहेत. ज्याच्यावर प्रभुत्व मिळवल्यामुळे आपले शारीरिक, मानसिक व अध्यात्मिक दोष आपण नाहिसे करू शकतो. अध्यात्मिक अधिकारी व्यक्तिंनी म्हटले आहे कि "तुमच्या श्वासावर लक्ष ठेवा आणि जेव्हा हे जमेल त्यावेळी अनेक फायदे व चांगल्या गोष्टी तुम्हाला मिळतील. जीवन म्हणजे काय आहे, याचा तुम्ही शोध घेत आहात. तुम्ही कोठून आलात, आणि जीवनातील प्रवास व हे सर्व कशामुळे घडते त्याच्या कारणांचा शोध घेत आहात."

हे पक्के ध्यानात ठेवा कि हे श्वसन प्रकार ज्या क्रमाने दिले आहेत, ते प्रकार त्यांच्या बोधवचनसह त्याच क्रमाने केले पाहिजेत

जर तुमचे मन श्वसन प्रकार करताना दुसरीकडे भरकटले तर ह्या ठरलेल्या क्रमाप्रमाणे ते प्रकार तुम्ही करू शकणार नाही म्हणजे तिसरा प्रकार दुसरा म्हणून आणि दुसरा प्रकार तिसरा म्हणून कराल. त्या करता हा दिलेला क्रम तुम्ही बदलता कामा नये. कारण यामुळे अधोगामी (खालच्या दिशेने) वहाणाऱ्या उर्जेत व्यत्यय येईल. जर का तुम्ही मधला एखादा श्वसन प्रकार विसरलांत तर तुम्ही तो सोडून द्या व क्रमावारीतील पुढील प्रकार करा.

प्रेरणादायक श्वसन प्रकार करण्याची कृति

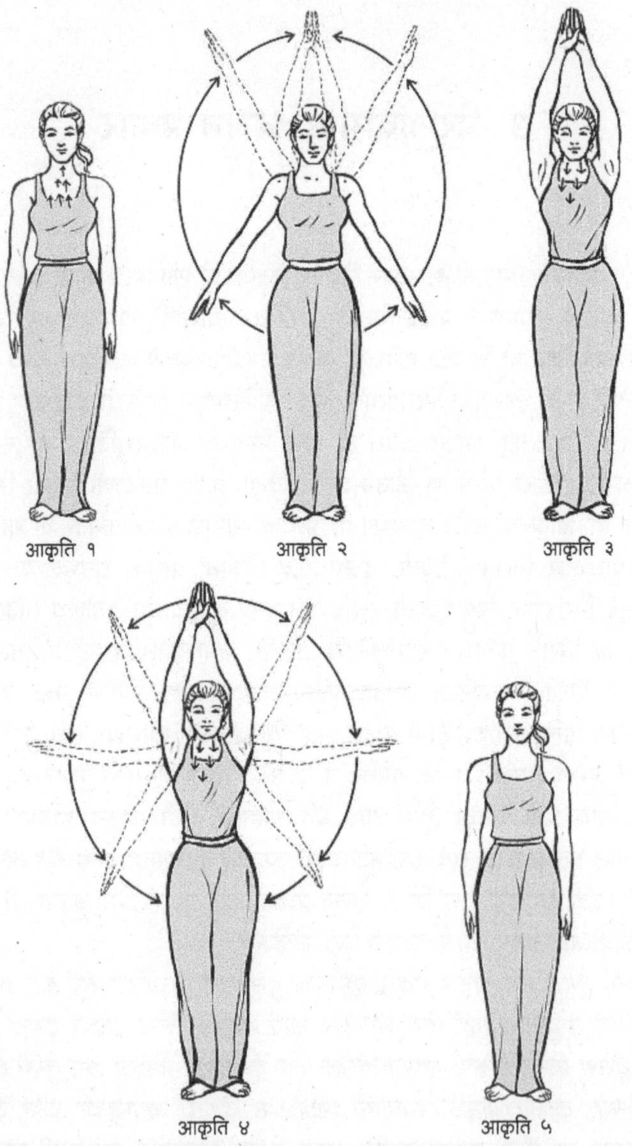

सूचनाः हा श्वसन प्रकार शक्तिशाली आहे. दिलेल्या सूचनांचे काळजीपूर्वक पालन करा.

प्रेरणादायक श्वसन प्रकार करण्याची पद्धत

सरावाच्या सुरवातीला हा प्रकार फक्त दोन वेळा करा. हळूहळू एक किंवा दोन आठवड्यात वाढवत वाढवत सात वेळा करा.

सरळ ताठ उभे राहा. पाठीचा कणा सरळ आहे याकडे लक्ष द्या. पायाच्या खोटा एकमेकांना चिकटवून ठेवा व पायांच्या आंगठ्यामध्ये साधारण ४५° चा कोन करा. पोट आत ओढून घ्या आणि कुल्ले ताणून घ्या.

१) पूर्ण श्वास आत घ्या. ताठ उभे राहा. कुल्ले घट्ट ओढून घ्या. पाय जमिनीवर घट्ट दाबा. हात ताठ ठेवून न वाकवता वरवर न्या व डोक्यावर जाईपर्यंत वर न्या. तळवे बाहेरच्या बाजूला आणि आंगठे एकमेकांत अडकवा आणि बोटांची टोके एकमेकाला चिकटतील याकडे लक्ष द्या. तुमचे सर्व शरीर ताठ राहिल व हात वरच्या बाजूने जास्तीत जास्त उंच जातील असे ताणा. त्यावेळी टाचा वर उचलणार नाहीत याकडे लक्ष द्या आणि तळहाताच्या मागच्या बाजू एकमेकाला चिकटतील याकडे लक्ष द्या.

२) श्वास दोन किंवा तीन सेकंद धरून ठेवा. यापेक्षा जास्त वेळ नको.

३) आता हात खांद्यापासून ४५° वर खाली आणा. जोराने थोडासा श्वास ओठ विलग करुन बाहेर सोडा.

नंतर हात तुमच्या खांद्याच्या सरळ रेषेत येतील इतपत खाली आणा. यावेळी परत थोडासा श्वास जोराने बाहेर सोडा.

परत हात आणखीन थोडेसे खाली आणा व जोराने थोडासा श्वास सोडा. यावेळी छाती फुगलेली राहील याकडे लक्ष द्या. शेवटी हात पूर्णपणे खाली बाजूला आणा व पूर्णपणे फुप्फुसे रिकामी होईपर्यंत उच्छ्वास करा व पोट यावेळी थोडसे आत खेचून घ्या. उच्छवास करताना शऽशऽश असा आवाज आला पाहिजे. लक्षात ठेवा कि कुल्ले ताणलेलेच राहिले पाहिजेत.

यानंतर पूर्ण उच्छ्वास झाल्यावर थोडासा श्वास घ्या व शरीर शिथील व तणाव रहीत करा. पुढील पानावर दिलेली बोधवचने मनातल्या मनात म्हणा.

बोधवचने आणि दिसणारे दृष्य

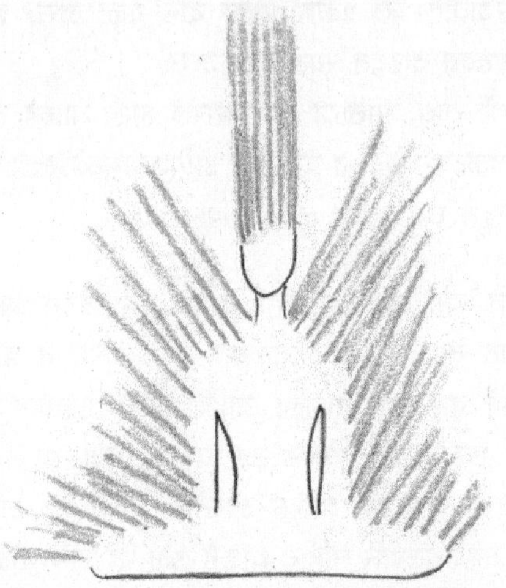

प्रेरणादायक श्वसनाच्या बोधवचनाचे वेळी दिसणारे दृष्य.

हे पाठ करा व म्हणा

नेहमी आभार मानण्याची भावना ठेवा. दोन्ही हाताची घडी घालून उभे रहा व जाणीवपूर्वक बोधवचने म्हणा. तुमचे शरीर हे साधन आहे. ते परमेश्वराचे जागृत मंदिर आहे. जर साधनच अचूक नसेल तर त्यापासून मिळणाऱ्या गोष्टी कशा अचूक असतील?

आता तुम्ही अगदी पूर्णपणे तणाव रहित व्हा... खाली येत येत पूर्ण शरीर सैल सोडा.

"मी माझ्या शरीरासाठी हे परमेश्वरा तुझे आभार मानतो. अमर, कधीही न बदलणाऱ्या माझ्या शरीराच्या नियमाचे मी आभार मानतो. मी माझ्या शरीरासाठी आभार मानतो. माझे शरीर अत्यंत सुंदर, गुंतागुंतीचे आणि या विश्वातील अतिशय अचूक असणारे यंत्र, त्याबद्दल मी परत परमेश्वराचे आभार मानतो.

"माझे शरीर, माझ्यातील स्थित असलेल्या त्या परमेश्वराचे मंदीर, माझ्या शरीरात वास करणाऱ्या त्या परम शक्तिचे मंदीर, मला हे अद्‌भूत शरीर दिल्याबद्दल हे परमेश्वरा मी तुझे आभार मानतो.

"मी माझ्या नसानसात भरून राहिलेल्या त्या प्रज्ञेचा आदर करतो आणि मी लगेचच या क्षणी प्रतिज्ञापूर्वक सांगतो कि या क्षणापासून पुढे असे कोणतेही कृत्य – वैचारिक, मानसिक, आहारासंबंधीचे कृत्य करणार नाही. कि ज्यामुळे माझ्यामध्ये स्थित असणाऱ्या त्या परमेश्वराच्या शरीररुपी पवित्र मंदीराला नुकसान पोहचेल किंवा त्याचा गैरवापर होईल.

"आणि आता अत्यानंदाने आभार प्रदर्शित करून मी एक लहानसा श्वास घेतो आणि दिर्घ असा उच्छवास करतो. मी परत एक लहानसा श्वास घेऊन ताबडतोब उच्छवास करतो."

प्रेरणादायक श्वसन प्रकाराचे व बोधवचनाचे परिणाम

'श्वास' हे मानवाच्या सर्व शक्तिंचे उगमस्थान आहे. आज काल टेलिव्हीजन एका क्षणार्धांत आवाज व दृष्य सर्व जगात पसरवू शकतो त्या त्याच्या प्रसारणाच्या मागे कोणती शक्ति कार्यरत असते? तर ती 'ईथर' नावाचा पदार्थ, जो वातावरणात सर्वत्र असतो. आपण सुद्धा हवेतील हे शक्तिशाली ईथर श्वासाबरोबर आत घेतो. त्याची जाणीव तुम्ही करून घेतली पाहिजे. तुमचे शारीरिक आरोग्य हे योग्य श्वसनावर अवलंबून असते. तुमची मानसिक स्थिती, आनंदीवृत्ती, स्वतःवरील ताबा, अचूक विचार आणि तुमचे चारित्र्यसुद्धा तुमच्या श्वसनावरच (योग्य पद्धतीवर) बहुतांशी अवलंबून असते.

सर्व श्वसन प्रकार चक्रांचे शुद्धीकरण करण्याचे कार्य नेहमी करत असतात. सहस्त्रार, आज्ञा आणि विशुद्धी चक्रांना शक्ति देऊन जागृत केल्यानंतर अनाहत चक्रावर कार्य केले पाहिजे. तुम्हाला हे कळले असेल कि ही सर्व प्रक्रिया अगदी सावकाश होत असते कारण चक्रांवर कोणताही अनावश्यक ताण न पडता त्यांचे कार्य सुरळीत व एक दुसऱ्यांशी सुसंगत चालेल.

अनाहत चक्राचे दिसणारे दृश्य

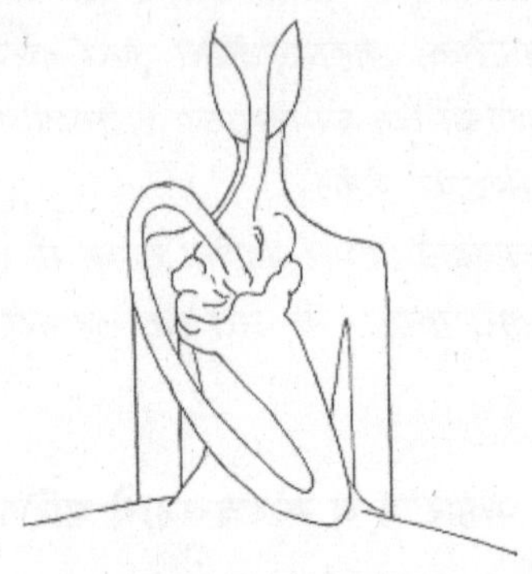

ही आकृति आपल्यामध्ये अव्याहत चालू रहाणाऱ्या सर्जनशील तत्त्वाचे कार्य दाखवते.

अनाहत चक्रः या श्वसन प्रकारामुळे अनाहतचक्र पूर्णपणे उमलते. आज्ञाचक्राची पुढे वाढ होते. पुढे विशुद्धिचक्रापर्यंत वाढत जाऊन मणीपूर, चक्रापर्यंत खाली येऊन इंग्रजी यू अक्षराप्रमाणे आकार घेऊन उमललेल्या अनाहत चक्रामध्ये प्रवेश करते. सर्व प्रकाराचे वेगवेगळ्या केंद्रात साठवलेले ज्ञान अनाहत (हृदय) चक्रामध्ये एकत्रित होते. आपली स्वतःची योग्यता, स्वतःचे प्रेम, दया आणि स्पर्शाने किंवा उर्जा प्रसारणाने रोग बरा करण्याची क्षमता ह्या सर्व गोष्टी हे ह्या जागृत झालेल्या अनाहत चक्राशी निगडीत आहेत.

या चक्राचे तत्त्व वायु (स्पर्श) असून स्पर्शेंद्रिय त्वचा आहे. एकमेकाच्या व्यक्तिच्या शरीरात उद्‌भवणाऱ्या परस्परांच्या संवेदना अनाहत चक्रांच्या (हृदय चक्राच्या) प्रभावित होण्यामुळे दोघांना जाणवतात. आलिंगन देणे किंवा मिठी मारणे ही क्रिया घडते. एखादी व्यक्ति जेव्हा दुसऱ्या व्यक्तिला मिठी मारते तेव्हा व्यक्तिच्या मनात उद्‌भवणाऱ्या भावना त्याला कळतात आणि ती दुसरी व्यक्तिहि पहिल्या व्यक्तिच्या भावना ओळखते. उभयतांच्या मनातील भावना ओळखण्याचे ज्ञान होते.

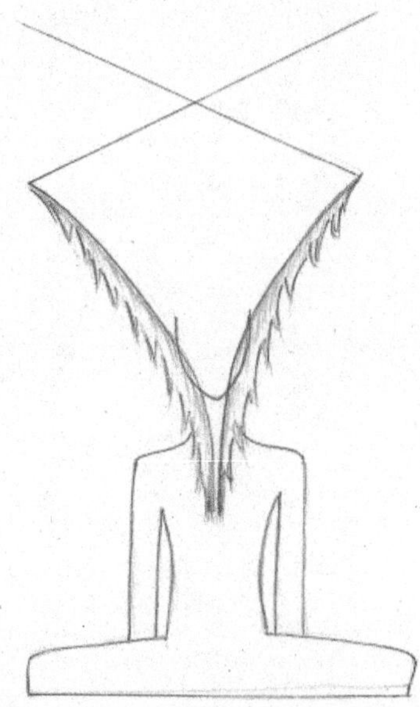

अनाहतचक्राच्या स्पंदनामुळे तुम्हाला पंख असल्यासारखे वाटेल आणि जस जसे ती स्पंदने तीव्र होत जातील तस तशी ती एकमेकाला भेदून एकमेकाशी सुसंगत होतात व अशा तऱ्हेने भावनेत व मानसिक विचारांत समतोल साधला जातो.

अनाहत चक्राची स्पंदने.

आपल्या स्थूल शरीरात अनाहत चक्र थायमस ग्रंथीशी संबंधीत असून छातीच्या हाडामागे छातीच्या पोकळीत पुढच्या बाजूला असते.

प्रकरण बारावे

४. शारीरिक पूर्णत्व श्वसन

'शारीरिक पूर्णत्व' हा श्वसन प्रकारांपैकी ४था श्वसन प्रकार आहे. या आधीच्या तीन प्रकारांमध्ये तुम्ही तुमच्या संपूर्ण शरीराचे शुद्धीकरण करुन ते सुसंगत केले आहे. प्रत्येक स्नायु सुधारला आहे. प्रत्येक नाडी शुद्ध केली आहे – प्रत्येक पेशीन पेशी जागृत केली आहे आणि उर्जेने भरली आहे आणि आपले शरीर या विश्वातील सर्वात सुंदर, गुंतागुंतीचे आणि अचूक असे एक यंत्र आहे याचा प्रत्यय तुम्हाला आला आहे.

आपण श्वसनाबरोबर आत ओढून घेत असलेली वैश्वीक उर्जा आतमध्येच धरून ठेवली जाते. आपले शरीर स्थूल पातळीकडून स्पदंनाच्या सूक्ष्म पातळीकडे जाऊ लागते. ही स्पंदने श्वसनाच्या तीव्र साधनेमुळे तयार होतात. आणि त्या जीवनशक्तिची जाणीव आपल्याला होऊ लागते आणि अशा तऱ्हेने तुमचे शरीर व मन पूर्णत्वाकडे जाऊ लागते.

शारीरिक पूर्णत्व श्वसन करण्याची कृति

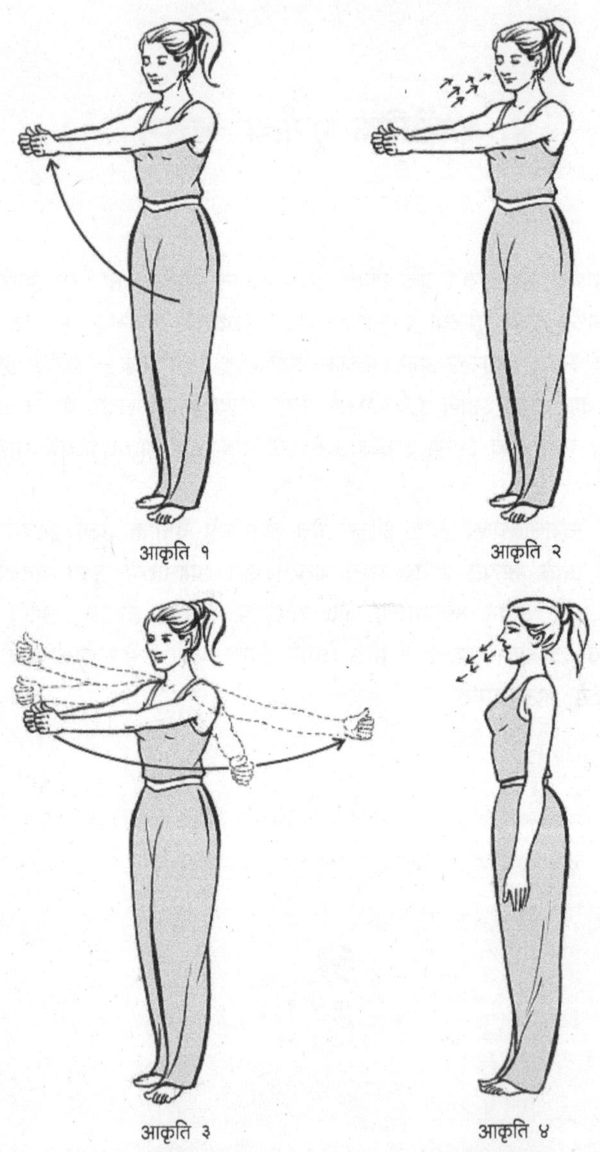

आकृति १

आकृति २

आकृति ३

आकृति ४

सूचनाः हा श्वसन प्रकार शक्तिशाली आहे. दिलेल्या सूचनांचे काळजीपूर्वक पालन करा.

शारीरिक पूर्णत्व श्वसन प्रकाराचा सराव

दोन आवर्तनाने सुरूवात करा व हळूहळू एक किंवा दोन आठवड्यात ही संख्या सात पर्यंत वाढवा.

सरळ ताठ उभे राहा आणि पाठीचा कणा सरळ आहे याकडे लक्ष द्या. दोन्ही घोटा जुळवून ठेवा. आंगठे थोडेसे विलग ठेवा. पोट आत घ्या व कुल्ले घट्ट खेचून घ्या.

१. तुमचे दोन्ही हात समोरच्या बाजूस सरळ ठेवा.

दोन्ही तळवे एकमेकाला चिकटवा किंवा मुठी आवळून घ्या.

दोन्ही हात ताठ करा पण जास्त ताण देऊ नका. तुम्ही जमिनीवर घट्ट पाय रोवून उभे रहा.

तुमचे शरीर सरळ आणि ताठ आहे याकडे लक्ष द्या.

२. श्वास पूर्णपणे आत घ्या. धरून ठेवा.

३. मुठी घट्ट आवळून घ्या.

४. ताठ उभे राहा. कुल्ले ओढून घ्या आणि हात मागच्या बाजूस जेवढे जातील तितके, कोपरात न वाकवता मागे न्या. त्यामुळे छाती ताणली जाईल.

ही कृति तीन वेळा करा. हात पुढे आणा परत मागे न्या. हे करताना श्वास सुटणार नाही याकडे लक्ष द्या.

५. नंतर हात तुमच्या बाजूला आणा आणि शऽशऽशऽ असा तोंडाने जोरात आवाज करत दाताच्या फटीतून श्वास सोडा. पूर्वीच्या व्यायाम प्रकारात केले त्याप्रमाणेच, ही श्वास सोडण्याची कृति करा.

अशा तऱ्हेने हे एक आवर्तन झाले.

असे एकूण सात वेळा केल्यावर श्वास घ्या व सोडा व मनात या श्वसन प्रकाराची अध्यात्मिक बोधवचने पुढील पानावर दिल्याप्रमाणे म्हणा.

बोधवचने आणि दृष्ये

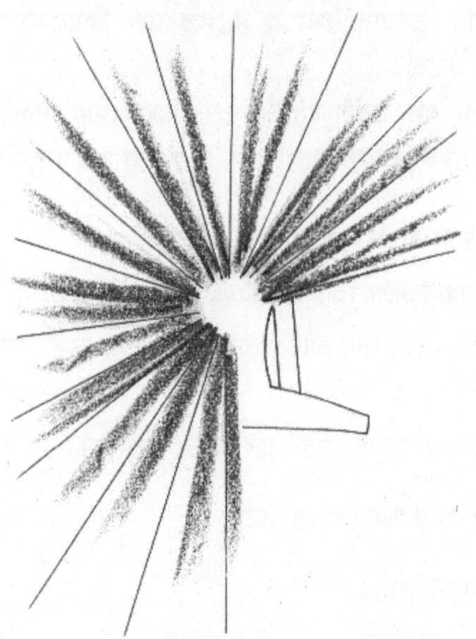

*छातीच्या उजव्या बाजूला आध्यामिक हृदय कल्पिलेले आहे,
जेथे परमेश्वर राहतो अशी कल्पना आहे.*

हे पाठ करा व म्हणा

संपूर्ण शरीर सैल सोडा. संपूर्ण विश्रांती घेत घेत तुम्ही सर्वांत श्रेष्ठ विचारांचा विचार करण्यास तयार व्हा.

"सर्जनकर्त्याचे सर्व गुण माझ्याकडे आहे. तो सर्जनकर्ता अगदी या इथेच आहे – माझ्या हृदयात आहे – माझ्या सर्वस्वात आहे – माझ्या मनात आणि माझ्या पूर्ण अस्तित्वात आहे.

"हे परमेश्वरा माझ्या जीवनात प्रकट व्हा! या, मी प्रतिक्षा करत आहे – मी ऐकतो आहे – मी आंतर्मनात बघतो आहे – मी निश्चल आहे – आता मी त्या निर्मात्याला माझ्या मंदीररुपी शरीरात कार्यरत असलेला पाहातो आणि अगदी हळूवारपणे आंनदाने आभार मानत माझ्या नकळत मी एक लहानसा श्वास घेतो आणि दिर्घ दिर्घ उच्छवास सोडतो.

"आता मी दुसरा एक लहानसा श्वास घेतो आणि लगेचच उच्छवास करतो."

शारीरिक पूर्णत्त्व श्वसनाचा आणि बोधवचनाचा परिणाम

ह्या श्वसन प्रकारामुळे *'अनाहत'* चक्र आणखीन प्रगत होते आणि परिणामी आपले ध्येय काय आहे हे निश्चित करण्याचे स्वातंत्र्य तुम्हाला मिळते. एकदा का अनाहत चक्र पूर्णपणे विकसीत झाले कि तुम्ही जो विचार किंवा इच्छा कराल ती फलद्रुप होवू लागते. यामुळे कोणता विचार करायचा किंवा काय बोलायचे याची तुमची जबाबदारी वाढते आणि म्हणून सर्व नकारात्मक किंवा अनावश्यक विचार पूर्णपणे बंद केले पाहिजेत.

या बोधवचनांमध्ये बराच गूढार्थ असल्यामुळे तुम्ही त्याचा खोलवर विचार केला पाहिजे. तुम्ही तुमच्या शरीरामध्ये आणि मनामध्ये पूर्णत्त्व येण्यासाठी प्रयत्न करत आहात कि ज्यामुळे तुमचे खरे स्वरुप काय आहे ते तुमच्या लक्षात येईल.

सर्जनशील शक्ति सर्वज्ञ, सर्व व्यापी व सर्व शक्तिमान आहे. ही शक्ति सर्व जगाचे उत्पत्तीस्थान आहे आणि जीवनात अशी कोणतीही एकही गोष्ट नाही कि जिच्यामध्ये या शक्तिचे अस्तीत्त्व नाही. तुम्ही ज्ञान कसे प्राप्त करू शकता हे सर्वस्वी तुमच्या मधील तीव्र आकलन शक्तिवर व तुमच्या विचारांच्या प्रगल्भतेवर पूर्ण अवलंबून आहे. आता आपण जाणीवेच्या अशा एका टप्प्यावर आलो आहोत कि *'जग'* व *'परमेश्वर'* या दोन भिन्न गोष्टी नसून 'केलेली उत्पत्ती व करणारा तो' हे दोन्ही एकच आहेत. परमेश्वर माणसात आहे आणि माणूस परमेश्वरात आहे.

आता तुम्ही स्वतः पाया घालत आहात म्हणून तुम्ही तुमची वृत्ती एखाद्या निरागस बालकाप्रमाणे ठेवली पाहिजे म्हणजे तुम्हाला या ज्ञानाची प्राप्ति अतीशय वेगाने होईल. 'सत्य' हे अगदी साधे आहे. आपण घेत असलेल्या शंकाकुशंका व आपण उपस्थित करत असलेले प्रश्न यामुळे ते निटसून जाते. तुम्हाला माझा असा सल्ला आहे कि तुम्ही आत्तापर्यंत जे जे शिकलात आणि त्याची तुम्ही परीक्षा घेतली नाहीत व ज्याची तुम्हाला अनुभूती आली नाही ते सर्व तुम्ही विसरून जा. तुमच्यामध्ये वैचारिक द्वंद्व असता कामा नये. तुम्हाला जे आता शिकवले आहे आणि करण्यास सांगितले आहे ते करा आणि हळूहळू तुम्हाला त्याची अनुभूति येईल.

सत्याबद्दल नुसते वाचणे ही एक गोष्ट झाली आणि त्या सत्याचा अनुभव घेणे ही दुसरी गोष्ट झाली. जर तुम्ही त्याची अनुभूति घेतली नाहीत तर ते सत्य तुम्हाला समजणार नाही. तो अनुभव तुमचा एक भाग बनणार नाही. नुसते त्याचे ज्ञान असणे यामुळे काहीच साध्य होणार नाही.

ही बोधवचने अशा एका विशिष्ट तऱ्हेने तयार केली आहेत आणि शक्तिशाली बनवली आहेत कि, "तुम्ही कोण आहात" या सत्याच्या दिशेने तुम्ही जाऊ शकाल. यासाठी तुमचे मन अत्यंत काळजीपूर्वक हाताळले आहे. जसे तुम्ही बसलेल्या घोड्यावर तुमचा पूर्ण ताबा असला पाहिजे तसेच तुमच्या मनावर तुमचा ताबा असणे आवश्यक आहे. यासाठी भरपूर सरावाची आवश्यकता आहे. याचाच अर्थ असा कि आपण आपले शब्द अतीशय काळजीपूर्वक निवडले पाहिजेत. कि ज्यामुळे आपल्या जीवनात नको असलेल्या गोष्टी आपोआपच वगळल्या जातील आणि आपल्या जीवनात / आयुष्यात काहीतरी नवीन घडेल. ही बोधवचने म्हणजे जे तुम्ही साध्य करू इच्छिता त्याची ही गुरुकिल्लीच आहे. तुम्ही तुमचा सराव दृढ निश्चयाने केला पाहिजे. मी फक्त तुम्हाला मी काय केले तेवढेच दाखवू / सांगू शकते. मी प्रयत्न केले. मी मला गुरुंनी दिलेल्या सूचना तंतोतंत पाळल्या आणि मला जे जे सांगितले त्याच्यावर पूर्ण विश्वास ठेवला. त्यामध्ये कोणत्याही प्रकारच्या शंका-कुशंका न घेता त्या शिकवणीला मनापासून शरण गेले.

प्रकरण तेरावे

५. चुंबकीय स्पंद श्वसन प्रकार

ज्यावेळी तुम्ही श्वसन प्रकारांचा सराव करत असता त्यावेळी तुमचे मन काही वेळा कुठेतरी भरकटले जाते. त्यामुळे तुम्ही तो प्रकार किती वेळा केलात ह्याचा गोंधळ होतो किंवा बोधवचनाची सरमिसळ होते. याचा अर्थ मनाने त्या श्वसन प्रकारावर ताबा मिळवला. जसजसा तुमचा सराव वाढत जाईल तसतशी मनाच्या बदलणाऱ्या स्वरुपाची कल्पना तुम्हाला येईल; अशा तऱ्हेने एकदा ती जाणीव तयार झाली की श्वास, मनावर ताबा मिळवेल आणि मनाला आपल्याला हव्या असलेल्या योग्य मार्गाकडे वळवेल. ज्यावेळी श्वास संथ, शांत होईल व मन निर्विकार होईल त्याच वेळी मनामध्ये बघणे शक्य होईल. मनाच्या शांत निर्विकार स्थितीत मेंदूमध्ये असलेली काही केन्द्रे खुली होतात व भूतकाळातील पूर्वीच्या आयुष्यासंबंधीच्या काही काही घटना आठवू लागतात. आत्तापर्यंत मानवी मेंदूशी स्पर्धा करेल व आयुष्यभरातील घटना त्यामध्ये साठवू शकेल असा संगणक तयार झालेला नाही. आपल्या मध्ये असलेल्या एका विशिष्ट गुणामुळे जुन्या आठवणींच्या जागी नवीन आठवणी आपण साठवू शकतो. जुन्या आठवणी ज्या निरोपयोगी असतात त्या विसरून जाऊन वर्तमानाशी संबंधीत उपयोगी आठ्वणी स्मरणात साठवू शकतो. आयुष्यभर साठवलेल्या आठवणी पुसून टाकून नव्या जाणीवेशी निगडीत आठवणी साठवू शकतो. जर आपण आपल्या सरावात नियमित असलो तर हे सर्व आपण आत्मसात करू शकू.

चुंबकीय स्पंद श्वसन प्रकाराचा सराव करता करता त्याचा सुखद अनुभव तुम्हाला येईल. हा श्वसन प्रकार म्हणजे खराखुरा उर्जा वाढवणारा श्वसन प्रकार आहे. हे सर्व, शब्दात सांगता येणार नाही. याच्या सरावामुळे ह्यातील खरे रहस्य तुम्हाला आपोआपच उलगडेल.

चुंबकीय श्वसन प्रकार करण्याची कृति

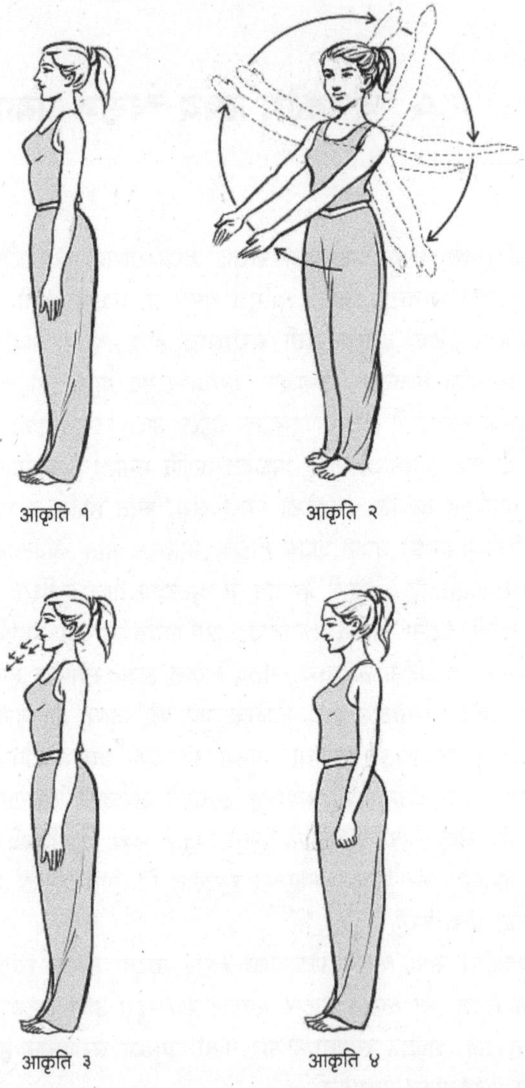

आकृति १

आकृति २

आकृति ३

आकृति ४

सूचनाः हा श्वसन प्रकार शक्तिशाली आहे. दिलेल्या सूचनांचे काळजीपूर्वक पालन करा.

चुंबकीय स्पंद श्वसन प्रकाराची कृति व सराव

सुरवातीला फक्त दोन वेळा करा. पुढील एक किंवा दोन आठवड्यात हळूहळू सातवेळा पर्यंत वाढवा.

पूर्वीच्या श्वसन प्रकाराप्रमाणेच सरळ ताठ उभे राहा. पण यावेळी तुमचे हात तुमच्या दोन्ही बाजूस ठेवा. मेरूदंड सरळ राहिल. कुल्ले घट्ट ताणून घ्या व पावलांनी जमिनीवर दाब दिला जाईल याकडे लक्ष द्या.

१. पूर्णपणे खोलवर श्वास घ्या आणि धरून ठेवा.

२. तुमचे शरीर पायापासून ते डोक्यापर्यंत ताठ ठेवा. तीन वेळा तुमचे हात वर्तुळाकार फिरवा. छातीच्या पातळीत दोन्ही हात आणा, तसेच सरळ डोक्यापर्यंत वर न्या. तेथून मागे न्या व खाली आणत आणत मूळ स्थितीत आणा आणि मग खाली आणा. अशा तऱ्हेने ही क्रिया तीन वेळा करा.

३. असे तीन वेळा केल्यावर तिसऱ्या वेळी हात खाली शरीराच्या बाजूला आणा व जोराने शूऽऽशूऽऽशू असा आवाज तोंडाने करा. पण या वेळी छाती सैल सोडू नका.

अशा तऱ्हेने हे एक आवर्तन झाले.

सातव्या आणि शेवटल्या वेळी श्वास घ्या व सोडा, शरीर सैल सोडा आणि या श्वसन प्रकाराची अध्यात्मिक बोधवचने मनातल्या मनात म्हणा.

चुंबकीय स्पंद श्वसन प्रकाराची बोधवचने आणि दिसणारी दृष्ये

आज्ञा चक्र भूतकाळाच्या कोठडीतून जुन्या आठवणी काढत आहे.

हे पाठ करा व म्हणा

"आता संपूर्ण शरीर विरघळून जात आहे... मी पूर्ण विश्रांत आहे.

"मला माहित असलेल्या सर्वांत सुंदर गोष्टीचे मी स्मरण करतो. आता ते सुंदर चित्र कदाचित् फार दूरचे किंवा फार पूर्वीचे माझ्या मनःचक्षुसमोर अगदी स्पष्ट दिसत आहे कि जणू काही क्षणांपूर्वीच ते घडले आहे.

"मी परमेश्वराचे आभार मानतो – विश्वनियमका मी तुमचे आभार मानतो. माझ्या स्मरणशक्तिसाठी मी आभारी आहे.

"मी तुमचे आभार मानतो. माझ्या भूतकाळातील आनंददायी घटना भूतकाळाच्या कोठडीतून बाहेर काढण्यासाठी मला मदत केली. त्या मदतीसाठी – मी आभार मानतो. आता मी शपथ घेतो कि या क्षणापासून पुढे माझ्या स्मरणात कोणताही नकारात्मक विचार येणार नाही. कोणताही आजारपणाचा, झीजेचा, विसराळूपणाचा, म्हातारपणाचा, नैराश्याचा, संशयाचा, अपयशाचा किंवा मृत्यूचा विचार मी करणार नाही. माझ्या स्मरणात असे काहीही शिरणार नाही कि जे माझ्या सत्याच्या कल्पनेविरुद्ध आहे. माझ्या सत्याच्या सर्वांत उच्च कल्पनेतही ते शिरणार नाही आणि आता मी मानवजातीची संपूर्ण वर्तणूक न्याहाळतो...मी माझी स्वतःची सर्व वर्तणूक न्याहाळतो.

"आता आनंदीत होऊन आणि आभार मानत. मी परत परत माझ्यामध्ये विरघळून

गेलेले ते चित्र डोळ्यासमोर आणतो. आता आनंदीत होऊन आभार मानत ते चित्र मी परत आठवतो व माझ्यामध्ये विरघळून शोषून घेतो.

"नंतर मी एक दिर्घ श्वास घेतो व हळूवार लांब उसासा देतो.

"आता परत मी एक लहानसा श्वास घेतो व हळूहळू एक उसासा देतो."

सूचनाः हे सर्व म्हटल्यावर *"मी तुमचे आभार मानतो. माझ्या भूतकाळातील आनंददायी घटना भूतकाळाच्या कोठडीतून बाहेर काढण्यासाठी मला मदत केली."* हे म्हणून झाल्यावर उजव्या हाताची मूठ घट्ट आवळून बंद करा. जणू त्या आनंददायी घटना तुमच्या हातातून निसटून जाणार नाहीत. (आकृति A)

नंतर बोधवचन पुढे म्हणणे चालू ठेवा. *"मी शपथ घेतो कि या क्षणापासून पुढे माझ्या स्मरणात कोणताही नकारात्मक विचार येणार नाही. कोणताही आजारपणाचा, झीजेचा, विसराळूपणाचा, म्हातारपणाचा, नैराश्याचा, संशयाचा, अपयशाचा किंवा मृत्यूचा विचार मी करणार नाही..."*

हे म्हणता म्हणता तुमच्या डाव्या हाताने अयशस्वी रितीने नकारात्मक विचार घट्ट आवळलेल्या उजव्या मुठीमध्ये घुसवण्याचा प्रयत्न करा. (आकृति B)

आता तुमच्या उजव्या हाताची घट्ट मूठ सैल सोडा. (आकृति C) आणि डाव्या हाताची बोटे सैल केलेल्या उजव्या मुठीमध्ये आत सरकत आहेत हे पहा. बोधवचन म्हणत म्हणत ही कृति कराः

"...जे माझ्या सत्याच्या कल्पनेविरुद्ध आहे. माझ्या सत्याच्या सर्वांत उच्च कल्पनेतही ते शिरणार नाही." (आकृति D)

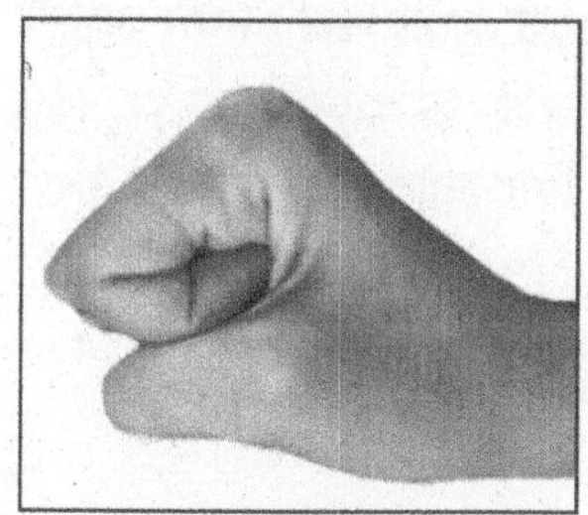

आकृति A

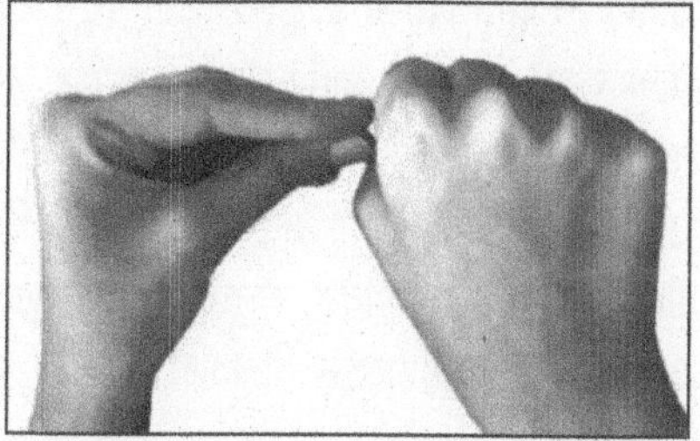

आकृति B

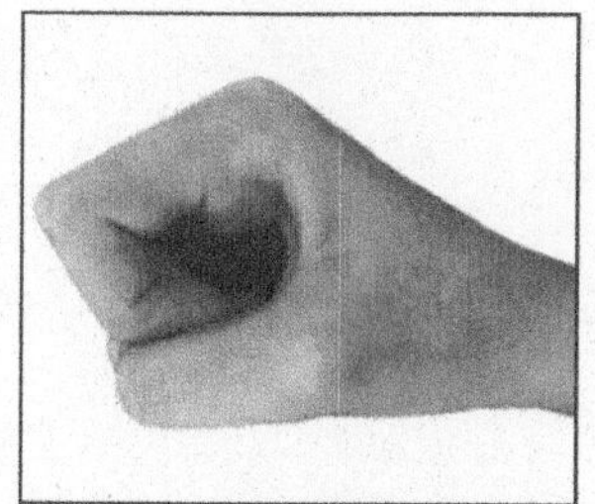

आकृति C

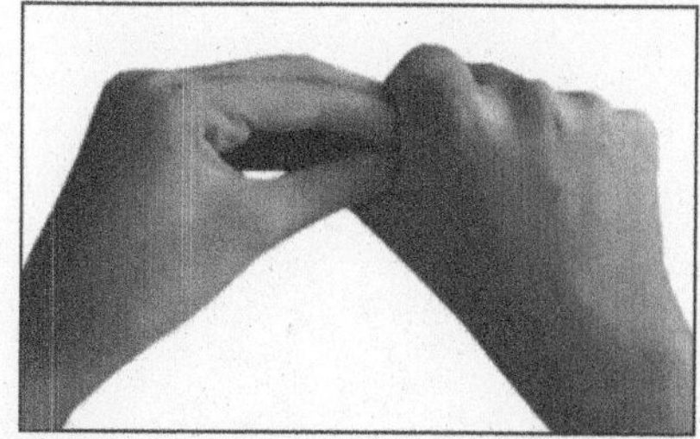

आकृति D

चुंबकीय स्पंद श्वसनाचा आणि त्याच्या बोधवचनाचा परिणाम

एका श्वसन प्रकाराकडून पुढच्या प्रकाराकडे जात असताना आधीच जागृत व शक्तिशाली झालेली चक्रे त्यापुढील चक्राला जागृत करण्याचे काम करतात. सहस्त्रार केन्द्र, आज्ञा चक्र, विशुद्धी चक्र व अनाहत चक्र यांना शक्तिशाली बनवत असतानाच ह्या श्वसन प्रकाराने मणीपूर चक्रही जागृत होईल अशा तऱ्हेने हा श्वसन प्रकार तयार केला आहे. आतापर्यंत हे श्वसन प्रकार व त्यांची बोधवचने यावर तुम्ही बरेच प्रभूत्त्व मिळवले असेल. तुम्ही ही चक्रे त्यात साठलेल्या विषारी द्रव्यापासून शुद्ध केली असाल. जर तुमचा सराव नियमित व मनापासून केलेला असेल तर कोणत्या ना कोणत्या तऱ्हेने त्याचा परिणाम तुम्हाला जाणवू लागला असेल. हे तुमच्या कळत-नकळतही घडू शकते. काही काळानंतर तुम्ही करत असलेल्या ध्यानाच्या सरावातून तुमच्यात कोणते बदल होत आहेत त्याची जाणीव तुम्हाला होऊ लागेल.

या श्वसन प्रकारात तुम्ही तुमचे हात प्रत्येक श्वासाच्या वेळी तीन वेळा गोलाकार फिरवता. याचा उद्देश काय असेल? जर तुम्ही तुमचा सराव नियमित व ठरलेल्या प्रमाणात करत असाल तर आत्तापर्यंत बऱ्याच प्रमाणात उर्जा तयार झाली असेल आणि ती शक्तिशाली झालेल्या चक्रांमधून सर्वत्र पसरली असेल. अशी तयार झालेली उर्जा सूक्ष्म शरीरात आणि प्रकाशवलयात जास्त प्रमाणात भरल्यामुळे आपल्या स्थूल शरीरात अस्वस्थता निर्माण करते म्हणून ही जास्त प्रमाणातील उर्जा विसर्जन करणे आवश्यक असते. अशा तऱ्हेने शरीराभोवती वर्तुळाकार हात फिरवल्यामुळे चक्रांची क्रिया वाढून ही शक्ति संतुलीत केल्यामुळे आपला पुढील प्रवास सोपा होतो व अनावश्यक गोष्टीपासून वाचवला जातो.

आज्ञा चक्र

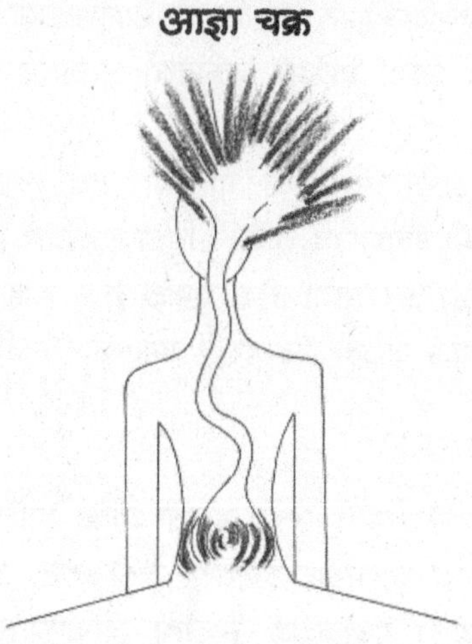

आज्ञा, विशुद्धी, अनाहत व मणीपूर, चक्रांमधून होणारे उर्जेचे अनिर्बंध वहन.

तुम्ही तुमचा श्वसन प्रकाराचा दररोजचा सराव करताना सर्व चक्रे पुन्हा पुन्हा शक्तिशाली बनवत असता. पहिल्या पाच श्वसन प्रकारात सहस्त्रार, आज्ञा, विशुद्धी व अनाहत या चार चक्रांवर लक्ष केन्द्रित केले आहे. म्हणजे सर्व चक्रांचे शुद्धीकरण करताना सहस्त्रार, आज्ञा आणि विशुद्धी चक्रांच्या क्रिया अचूकपणे होण्यावर भर दिला जातो.

एकदा का आज्ञा चक्र विकसित झाले की एक साक्षीदाराचे केन्द्र तयार होते. दुसऱ्या शब्दात सांगायचे तर साधक त्याच्या शरीरात व मनात घडणाऱ्या घटनांचा एक निःपक्षपाती निरीक्षक होतो. तो एक अशी जाणीव तयार करतो कि सर्व दृष्य घटनांमधील गूढ अर्थ तो समजू शकतो.

"ज्यावेळी आज्ञा चक्र जागृत होते तेव्हा दृष्यांचा अर्थ व त्याचा संदर्भ याची जाणीव होते आणि प्रयत्न न करता अंतर्ज्ञानाने सर्व जाणता येते आणि तो 'द्रष्टा' म्हणून ओळखला जातो."

— स्वामी सत्यानंद सरस्वती

दुसऱ्या पृष्ठावरील व्हिज्युअल दर्शविते की आपण ज्या श्वासाचा सराव करत आहोत त्यांनी अजना आणि मणिपुर चक्रांमध्ये चेतनाची मुक्त हालचाल सक्षम केली आहे.

आपण सराव करत असलेल्या पहिल्या पाच श्वसन प्रकारावर प्रभुत्व मिळविल्यामुळे अधोगामी वहाणाऱ्या शक्तिने तिचा सहस्त्रार केन्द्रापासून पुढील चार चक्रापर्यंतचा मार्ग निर्वेध करण्याचा उद्देश सफल केला आहे. याचा अर्थ असा कि ही शक्ति चार चक्रांमध्ये कुठेही अडणार / अडकणार नाही.

मणीपूर चक्र

मणीपूर चक्र म्हणजे धडाडी, उर्जा, मनाची शक्ति आणि ध्येयपूर्ती याचे केन्द्र. नेहमी याची तुलना सूर्याच्या प्रखर उष्णतेशी केली जाते. ज्याप्रमाणे सूर्य आपली सौर उर्जा आणि उष्णता पृथ्वीवरील सृष्टीला जगवण्यासाठी देतो त्याचप्रमाणे मणीपूर चक्र सर्व शरीराला उर्जा पुरवते. या चक्राच्या उर्जेला संतुलीत करण्यासाठी कोणत्याही फायद्याची / फळाची आशा न करता केलेली निःस्वार्थ सेवा उपयोगी पडते. निःस्वार्थ सेवेमुळे 'कर्म' नाहिसे होते. पूर्व जन्मातील कर्मांचा नाश होतो.

या चक्रावर ध्यान केल्याने उत्तम आरोग्य व शारीरिक शक्ति यासाठी लागणारी तीव्र भावना जागृत होते. मणीपूर चक्रातून जाणीव उर्ध्वगामी वाहू लागली आणि आज्ञा चक्र आणि मणीपूर चक्रातून सहजपणे खालीवर फिरू लागली कि ती व्यक्ति आपल्या जीवनातील घटनांची अधिकारी / स्वामी बनते. या चक्राचे मूलतत्त्व *'अग्नि'* (प्रकाश) आणि *'नेत्र'* हे ज्ञानेंद्रिय आहे.

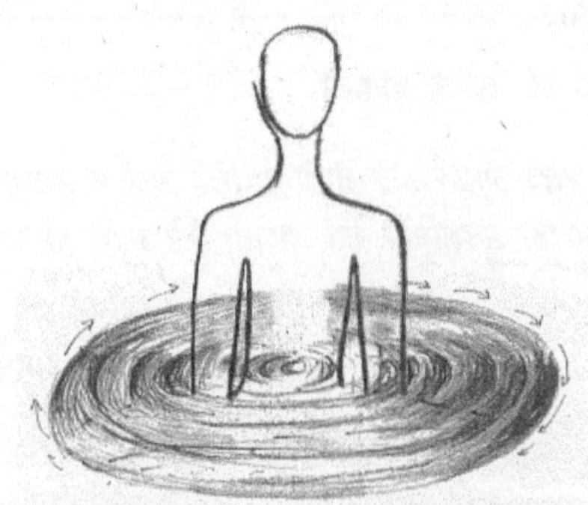

मणीपूर चक्र वृद्धिंगत झाल्यावर त्यातून निघणारी कंपने.

विशुद्धि चक्र व मणीपूर चक्र एक दुसऱ्या बरोबर कार्य करताना.

पहिल्या वरच्या चार चक्रामधून अनिर्बंधपणे गतिमान असलेली उर्जा असे दर्शविते कि ऐहिक व उच्च वैश्वीक अश्या पातळ्यांवरची कोणतीही परिस्थिती समतोल वृत्तीने हाताळण्यास वैयक्तिक प्रेरणा (जाणीव) समर्थ असते. विरुद्ध प्रवृत्तीच्या मुख्य गुणधर्मापलिकडे आणि वाईट इच्छा, द्वेष, आपापसातील हेवेदावे, मत्सर, स्वार्थ, असूया, हिंसक वृत्ती आणि निर्णयशक्ति या सर्वांची जाणीव लोप पावते. जाणीवपूर्वक केलेल्या श्वसनामुळे त्यांच्या कक्षा वाढून त्यांच्यात दडलेली माहीती प्रकट होते.

हे लक्षात ठेवा कि सूक्ष्म जाणीवा मेंदूत साठवलेल्या नसून त्या सर्वत्र पसरलेल्या असतात. जेव्हा तुम्ही श्वसनावर लक्ष केन्द्रित करता त्यावेळी चांगली व वाईट अशा दोन्हीही बाजूची माहिती प्रकट होते. बोधवचनातील विचारांमुळे आपण दोन्ही बाजूच्या परस्पर विरोधी माहितीमध्ये समतोल साध्य करू शकतो. त्यामुळे आपली जाणीव समृद्ध होते.

अडथळ्या विरहीत होत असलेल्या उर्जेच्या वहनामुळे या चार चक्रांच्या पातळ्यामध्ये भूतकाळातील साठवलेल्या आठवणी नाहीशा होऊन सर्व अडथळे दूर होऊ लागतील. अनेक समस्या सुटतील आणि त्याचा परिणाम म्हणून ज्या समस्यांमुळे शारीरिक व्याधी होण्याची शक्यता होती त्या व्याधी नष्ट होतील. भितीच्या व असुरक्षिततेच्या भावना विरून जातील. तुम्हाला अचानक एखाद्या परिस्थितीचा कार्यकारण भाव आकलन होईल आणि तुमच्या लक्षात येईल कि

नेहमीच्या विचारांनी हे तुम्हाला कधीहि समजू शकले नसते. आता तुम्हाला हे समजेल कि हा तुमच्या पूर्वसंचिताचा एक भाग होता आणि तो तुम्हाला नष्ट करणे आवश्यक होते. परिस्थिती बदलत नाही पण तुम्ही तुमच्यात बदल करुन त्याच परिस्थितीकडे समतोल वृत्तीने व नव्या जाणीवेने पाहू शकाल.

या चक्रांच्या समतोल स्थितीमुळे आपण खाली दिलेले गुण साध्य करू शकतो.

साधेपणाः हि एक मानसिक वृत्ती आहे. मनाच्या या स्थितीमध्ये एखाद्या गोष्टीवर लक्ष केंद्रित करणे आवश्यक आहे.

सहनशीलताः हि एक शारीरिक अवस्था आहे. शरीराची तणावरहित स्थिती व सोषिक वृत्ती असल्यावर ही स्थिती प्राप्त होते.

करूणाः हि एक भावनिक वृत्ती आहे. तीच्यामध्ये आनंद व प्रेम ह्यांचा समावेश होतो.

"या तीनही वृत्तीमध्ये समतोल साधल्याशिवाय इतर अनेक वृत्तींमध्ये खरा समतोल साधता येणे शक्य नाही. शारीरिक, भावनिक व मानसिक या तीन वृत्ती आपल्या इतर वृत्तींपेक्षा प्रबळ व प्रमुख असून त्यांच्यामुळे आपली जाणीव अस्पष्ट व दुर्बोध होत जाते. जर आपण साधनेत दृढ नसलो तर या तीन वृत्तीना आपण संतुलीत करू शकत नाही व ध्यानावर प्रभुत्त्व मिळवू शकत नाही. एकदा का या तीनही वृत्तीमध्ये समतोल साधला कि एक सूक्ष्म जाणीव अलिप्त निरीक्षकाप्रमाणे तयार होते. नंतर आपण आता प्रबळ झालेल्या सूक्ष्म दृष्टिने शारीरिक, मानसिक व भावनिक वृत्तीचे निरीक्षण करू शकतो. ही सूक्ष्म दृष्टी ध्यानामध्ये जास्त प्रबळ होते. या सर्व पातळ्यांवर ही मानसिक वृत्ती पूर्णपणे अलिप्त होते आणि आपण त्या वैश्विक शांततेचे निरीक्षण करण्यात मग्न होतो."

— मास्टर चार्लस कॅनन

शांत, स्तब्ध व आनंदी बसा. आपल्या आतील आवाज ऐकण्याचा सराव करा. ताण देऊ नका. याचे यश विश्रांत स्थितीत बसण्यावरच पूर्णपणे अवलंबून आहे.

आपण या पाच श्वसन प्रकारामुळे अधोगामी शक्तिचा मार्ग मोकळा करुन दिला आहे. तुमच्यात होत असलेले बदल तुम्ही जाणत असाल. आता तुम्हाला तरलपणा आणि तुमचे शरीर व मन हलके फुलके झाल्याचे जाणवेल. तुमच्यातील काहीजण त्यांच्यामध्ये होत असलेले फरक पहात व अनुभवत असतील.

प्रकरण चौदावे

६. शुद्धिकारक श्वसन प्रकार

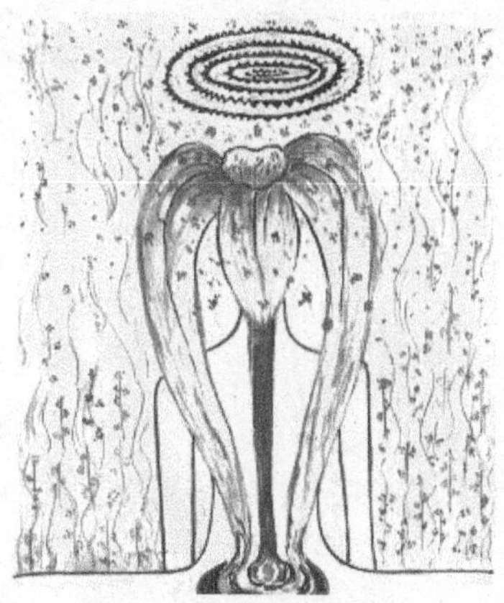

उर्ध्वगामी कुंडलिनीचे शुद्धिकरण.

काही महत्त्वाच्या श्वसन प्रकारापैकी शुद्धिकारक श्वसन प्रकार हा एक महत्त्वाचा श्वसन प्रकार आहे. कारण हा श्वसन प्रकार आपल्या प्रगतीच्या पुढील टप्प्यात म्हणजे उर्ध्वगामी वाहाणाऱ्या शक्तिच्या प्रवेशाच्या मार्गाप्रत आपल्याला घेऊन जातो. श्वसन प्रकारांच्या सरावाकडे अतीशय काळजीपूर्वक लक्ष दिले पाहिजे आणि त्यातून उद्‌भवणाऱ्या भावनांकडे बारकाईने बघीतले पाहिजे. नियमीत व काळजीपूर्वक केलेल्या सरावामुळे तुम्ही तुमची चक्रे शुद्ध व स्वच्छ केली आहेत आणि सर्व नकारात्मक गोष्टी बाहेर टाकून दिल्या आहेत. ह्या श्वसन प्रकारामुळे जी शक्ति उत्सर्जीत झालेली आहे, ती अडथळ्याविना वरच्या दिशेने मार्गक्रमण करेल. श्वसन प्रकारांमुळे व त्यांच्या संबंधीत बोधवचनाच्या म्हणण्यामुळे तुमच्या सूक्ष्म शरीराच्या कक्षा रूंदावलेल्या आहेत. शरीरातील व मनातील साठवलेल्या भितीदायक कल्पना काढून टाकून तुम्ही तुमच्या श्वसनाचा प्रभाव शक्तिशाली केला पाहिजे. श्वास आत घेण्यामुळे आणि जोरात बाहेर सोडण्यामुळे तुम्ही तुम्हाला वाटणारी काळजी, स्वतःबद्दल वाटणारा संशय यापासून मुक्त होता. म्हणून विश्वासपूर्वक या श्वसनाचा सराव करण्यास सुरूवात करा.

शुद्धिकारक श्वसन प्रकार करण्याची कृति

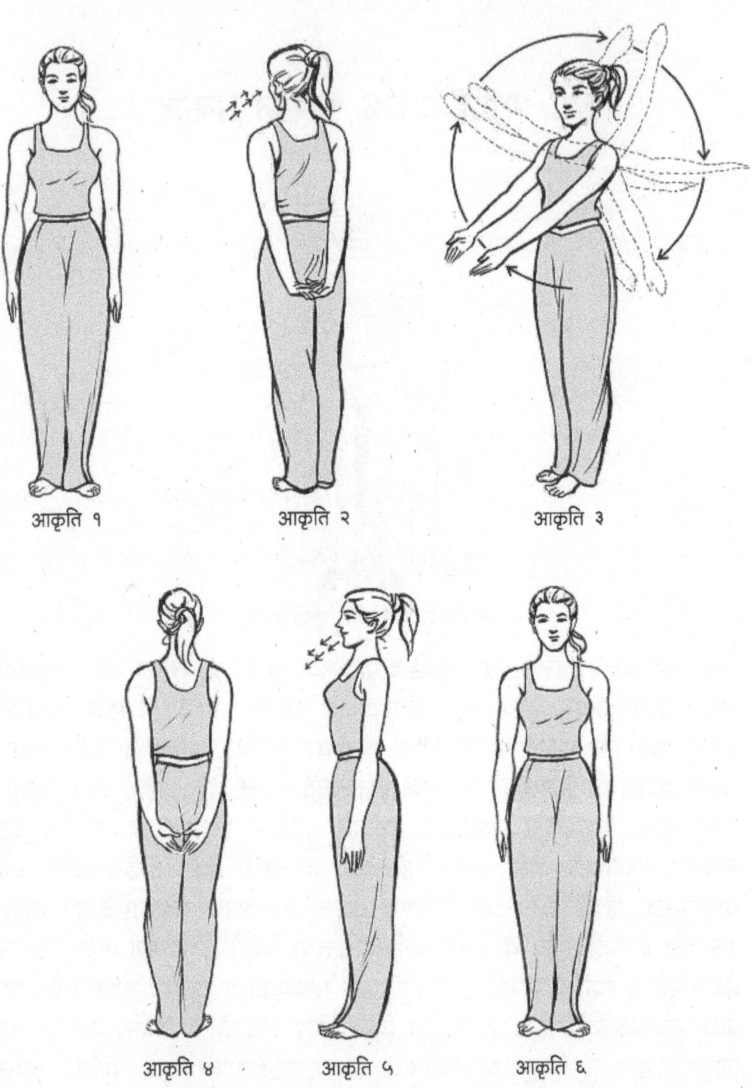

आकृति १ आकृति २ आकृति ३

आकृति ४ आकृति ५ आकृति ६

सूचनाः हा श्वसन प्रकार शक्तिशाली आहे. दिलेल्या सूचनांचे काळजीपूर्वक पालन करा.

शुद्धिकारक श्वसन प्रकार करण्याची पद्धत व सराव

या श्वसन प्रकारा पासून तुम्ही "स्वतःचा शोध" घेण्याच्या प्रवासातील दुसऱ्या टप्प्यात प्रवेश करत आहात.

दोन आवर्तनांनी सुरू करून हळूहळू एक किंवा दोन आठवड्यात सात वेळा करण्यास सुरूवात करा.

पूर्वीच्या श्वसन प्रकाराप्रमाणेच ताठ उभे राहा. कुल्ले आवळून घ्या. पावले जमिनीवर दाबून ठेवा. पाय सरळ ठेवा. पोटऱ्या व कुल्ले आवळून घ्या. गुढगे मागच्या बाजूला ताणून घ्या आणि सर्वात महत्त्वाचे म्हणजे पाठीचा कणा सरळ ठेवा.

१. शरीर सरळ ठेवा. तळवे एकमेकावर ठेवून दोन्ही आंगठे एकमेकांत अडकवून हात जेवढे मागे ताणता येतील तेवढे ताणा. पूर्णपणे उच्छ्वास करा. (तुम्हाला असे वाटेल की जणूकाही फुगणाऱ्या छातीमुळे तुमचे दोन्ही हात एकमेकाविरुद्ध ओढले जात आहेत.) कुल्ले व पाय सरळ ताठ ठेवा.

२. छातीमधील सर्व पोकळी पूर्ण भरल्याची खात्री झाल्यावर हळूहळू दोन्ही हात सोडण्यास सुरूवात करा पण हे करताना कोणताही स्नायू शिथील होणार नाही. याकडे नीट लक्ष ठेवा. नंतर हळूहळू हात ताठ ठेवूनच बाजूला आणा. हाताची बोटे खालच्या दिशेने ठेवा. कुल्ले घट्ट आवळलेले आहेत याची खात्री करा.

३. खांद्यामध्ये ताण देऊन हात ताठ ठेवून पुढच्या बाजूने वर आणा. अगदी डोक्यावर आणा आणि खाली आणत आणत पूर्वीच्या स्थितीला या. हाताची बोटे एकमेकांना टेकवा. पण श्वास अजीबात न सोडता व शरीर ताठ ठेवून ही कृती तीन वेळा करा. नंतर हात जमिनीसमांतर ठेवून समोर आणा. तीन वेळा हात फिरवल्याची खात्री करा – हात एकमेकांना समांतर ठेवा. पुढे आणा, वर तुमच्या डोक्यावर न्या आणि खाली मूळ स्थितीत आणा.

४. हात शरीराच्या बाजूला आणा आणि ताठ उभे राहून जोराने शऽऽऽ असा आवाज तोंडाने करत तोंडाने श्वास सोडा.

हे एक आवर्तन झाले.

सातव्या आवर्तनानंतर श्वास आत घ्या व सोडा आणि मनातल्या मनात बोधवचने म्हणा.

शुद्धिकारक श्वसन प्रकाराची बोधवचने व मनःचक्षुपुढे दिसणारी दृष्ये

दैवी अग्नीने शरीराला गुरफटून टाकले.

हे पाठ करा व म्हणा

"आता मला माझ्या मेरूदंडाच्या पायथ्याशी एक प्रचंड उष्णता जाणवते. ती उर्ध्वमार्गाने वर वर येत आहे.

"मी एका ज्योतीची आणि तिच्यातून येणाऱ्या तेजस्वी प्रकाशाची कल्पना करतो. ती ज्योत उर्जा देणाऱ्या अग्निपासून उत्पन्न होत आहे....माझ्यातील दैवी प्रेमाचा अग्नी. ती ज्योत वरच्या व बाहेरच्या दिशेने जात आहे.

"वरच्या दिशेने व बाहेरच्या बाजूने....वरच्या दिशेने व बाहेरच्या बाजूने – ही शरीराच्या बाहेर...बाहेर गेल्यासारखे जाणवते! वर आणि बाहेर! वर आणि बाहेर!

"मी माझ्या मस्तकाचा विचार करतो आणि माझे संपूर्ण शरीर त्या प्रकाशाने पूर्णपणे – प्रकाशाने पूर्ण भरून गेलेले पाहातो. सर्व सजीवांमध्ये असणारा तो दैवी प्रज्ञेचा प्रकाश मी पाहातो.

"आता हळूवारपणे मला नकळत मी एक लहान श्वास घेतो आणि दिर्घ – दिर्घ खोल जोराने श्वास सोडतो.

"आणि आता मी परत एक लहानसा श्वास घेतो व ताबडतोब उच्छवास करतो."

सूचनाः *"वरच्या दिशेने व बाहेरच्या बाजूने....वरच्या दिशेने व बाहेरच्या बाजूने – ही शरीराच्या बाहेर...बाहेर गेल्यासारखे जाणवते! वर आणि बाहेर! वर आणि बाहेर!"* हे म्हणत असताना दोन्ही हाताच्या पंजाचा खोलगट आकार करून मूलाधार चक्राच्या पुढच्या बाजूला धरून जास्तीची ऊर्जा त्यात पकडत आहात असे समजा आणि त्या नंतर ती ऊर्जा धरून वर उचलून ती ऊर्जा तुम्ही बाहेर व शरीराच्या सर्व बाजूला फेकत आहात अशी कृति करा. हीच कृति स्वाधीष्ठान, मणीपूर, अनाहत, विशुद्धी आणि आज्ञा चक्रांच्या पातळीत हात आणून सहस्त्रार चक्राच्या वर आणि बाजूला टाकण्याची कृति करा. ही सर्व कृति करणे आवश्यक आहे कारण अतिरीक्त ऊर्जा बाहेर गेल्यामुळे कोणत्याही चक्राला त्या ऊर्जेचा अडथळा होणार नाही आणि त्यामुळे तुम्हाला अस्वस्थता जाणवणार नाही.

पहिल्या व सहाव्या श्वसन प्रकारांचे स्पष्टिकरण व महत्त्व

स्मरणवर्धक श्वसनामध्ये म्हणजे श्वसन प्रकारातील पहिल्या प्रकारामध्ये आपण एका सर्जनशील प्रज्ञेच्या प्रेमाचा अनुभव घेतला. जो प्रकाश त्या दैवी प्रेमातून प्रकट होतो ते प्रेम. हे प्रेम म्हणजे स्वार्थी व्यवहारीक प्रेम नव्हे. दैवी प्रेम म्हणजे त्या परमेश्वराचे किंवा त्या सर्जनशील प्रज्ञेचे प्रेम कि ज्यामुळे या विश्वांत समतोल व सुसुत्रता निर्माण होते.

शुद्धिकारक श्वसन प्रकारांत तुम्ही वेगळे विचार करता. बोधवचनात म्हणल्या प्रमाणे "दैवी शक्ति मधील प्रेमाचा अग्नी" हा अग्नी ज्या ठिकाणी कुंडलिनी शक्ति सुप्तावस्थेत असते त्या मज्जारज्जूच्या पायथ्यापासून मूलाधार चक्रातून वरच्या दिशेने वाहू लागतो आणि त्याची उष्णता वरच्या दिशेने वाहू लागल्यासारखी वाटते. नंतर बोधवचनात म्हटल्याप्रमाणे "त्या ज्योतीतून एक दिव्य प्रकाश बाहेर पडत आहे जो प्रकाश त्या अग्नितून येत आहे. ज्यामुळे ती उष्णता जाणवते...माझ्यामधील दैवी प्रेमाचा अग्नि. तो वर आणि बाहेर जात आहे." ह्या अग्नीचा / उष्णतेचा त्रास होणार नाही कारण स्मरणवर्धक श्वसन प्रकाराच्या सरावामुळे तुम्ही आधीच ती दैवी प्रज्ञा व दैवी प्रेम तुमच्यामध्ये साठवले आहे. ही उष्णता वर आणि बाहेर प्रसरविण्यामुळे तुम्ही त्या दैवी प्रेमाचा सर्व जगात जणू वर्षाव करता.

कुंडलिनी शक्तिचे शुद्धिकरणाचे दुसरे दृष्य

शुद्धिकारक श्वसनाचा आणि बोधवचनाचा होणारा परिणाम

जर तुम्ही मागील पाच श्वसन प्रकारांचा व त्यांच्या बोधवचनाचा सराव नियमित करत असाल तर उर्ध्वगामी वहाणाऱ्या शक्तिच्या मार्गाने जाण्यास जवळ जवळ तुम्ही तयार झाला आहात. 'जवळ जवळ तयार झाला आहात' याचा अर्थ तुम्ही अशा एका पातळीवर पोहचला आहात की ज्या ठिकाणी तुम्ही मनाच्या आणि भावनेच्या एका संतुलित स्थितीत आहात किंवा राग, चिंता, प्रेम, आसक्ति, निराशा, द्वेष, पूर्वी भोगलेल्या दुःखाच्या दुःखद आठवणी वगैरे तुम्ही सहन करू शकता. जर तुम्ही अशा विशिष्ट पातळीवर पोहचला असाल तर तुम्ही 'कुंडलिनी शक्ति' जागृत होण्याच्या अगदी जवळ पोहचला आहात. जर तुम्ही 'गुरु' केला नसाल तर तुमच्या आतील प्रेरणेला आवाहन करा व पुढे जा.

हे महत्त्वाचे आहे कारण उर्ध्वगामी शक्ति प्रवाहीत झाली कि तुमच्या कल्पना, तुमचे लिखाण, तुमच्या मनातील भीती, असुरक्षतेची भावना, एकमेकांशी असलेले संबंध व त्यांचे निरनिराळे अविष्कार सबंध आयुष्यभर जपलेल्या गोष्टीबद्दल संभ्रम तयार होतात. फक्त तुमच्या वैयक्तिक परिस्थितीमध्ये नव्हे तर एकत्रित आपांसातील परिस्थीमध्येही फरक जाणवतो.

वरुन खाली अशी वाहाणारी अधोगामी शक्ति चक्रांमधून वाहात असल्यामुळे तुमच्यामध्ये सावकाश काही बदल होऊ लागले असतील त्यामुळे या उर्ध्वगामी शक्तिला पूर्ण जबाबदारीने व पूर्ण जाणीवेने स्वीकारण्याची शारीरिक व मानसिक क्षमता तुमच्यात तयार झाली आहे. पूर्वी जे गुंतागुंतीचे वाटत होते ते आता अगदी साधे सरळ वाटत आहे.

तुम्ही जो सराव करत आहात तो तुमचे "तुमचा आतील" संबंध आठवण्यास मदत करेल. तुम्ही तुमचा सराव एका ठराविक वेळी, पोट रिकामे असताना, मोकळ्या जागेत किंवा खिडकीच्या समोर व सैल कपडे घालून करत असाल अशी अपेक्षा आहे. हे महत्त्वाचे कारण तुम्ही एका ठराविक जागेवर करत असलेला सराव व ध्यान यामुळे ती जागा काही विशिष्ट स्पंदनाने भारीत होते. ज्यामुळे तुम्हाला तुमच्या प्रगतिमध्ये त्याचा खूपच फायदा होतो.

मूलाधार चक्र

या सहाव्या (शुद्धिकारक) श्वसन प्रकाराच्या व त्याच्या बोधवचनामुळे आपण मेरूदंडाच्या शेवटी माकडहाडाच्या ठिकाणी असलेले 'मूलाधार चक्र' जागृत करतो. कुंडलिनी शक्ति वेटोळे घालून या ठिकाणी सुप्तावस्थेत असते, त्या चक्राचे मूलतत्त्व 'पृथ्वी' आणि ज्ञानेंद्रिय नाक (वास), सर्व मानसीक वास (हे वास फक्त साधकानांच

येतात) येथूनच उत्पन्न होतात. इथून ईडा, पिंगला आणि सुषुम्ना उगम पावतात. ईडा व पिंगला शुद्ध होतात. त्यावेळी येथे एक जागृति होते व कुंडलिनी शक्ति प्रकट होते. सर्व प्रकारच्या वासना, दोषी भावना आणि क्लेश या ठिकाणी साठवलेले असतात. या पासून मुक्ती मिळवण्यासाठी ती शक्ति या चक्रातून पुढे गेली पाहिजे. शरीर विज्ञाना-प्रमाणे गुदद्वार, मूत्राशय, लैंगीक व प्रजोत्पादनाच्या अवयवांशी याचा संबंध असतो.

अणू व पेशी

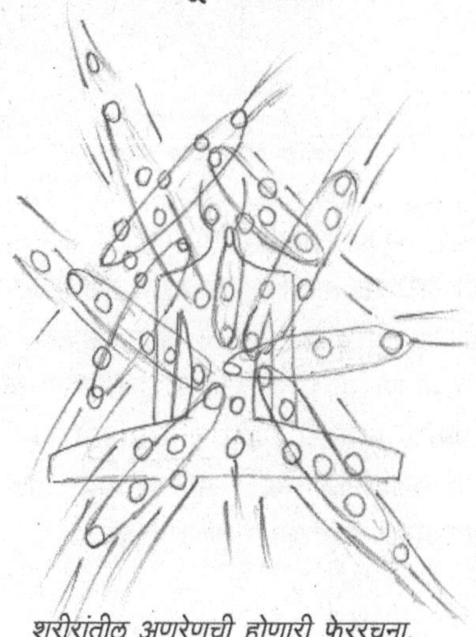

शरीरांतील अणूरेणूची होणारी फेररचना.

उर्ध्वगामी शक्ति वरच्या दिशेने वाहू लागली की ज्यामुळे आपले शरीर बनलेले आहे ते अणू विस्कळीत होऊन पींग-पाँगच्या चेंडूप्रमाणे अनियमित पद्धतीने फिरू लागतात आणि त्याची जाणीव तुम्हाला शारीरिक, मानसिक व दृष्य पातळीवर होऊ लागेल. ही प्रक्रिया तुम्ही ध्यानात बसल्यावर व ते अणू एका नव्या रचनेत स्थिर होईपर्यंत जाणवेल. त्याचप्रमाणे पेशींची ही नवीन रचना होईल आणि एक नव्या जाणीवेची पहाट (सुरूवात) होईल आणि पूर्वी आपण किती अज्ञानी होतो याची जाणीव आपल्याला होईल.

मानवी शरीर हे असंख्य अगणीत एकमेकींना पूरक असलेल्या पेशींपासून बनलेले असते आणि एकमेकींच्या कार्यांत मदत होईल या प्रमाणे त्यांचे कार्य शरीरात चालते. प्रत्येक पेशी वंशीक नियमाप्रमाणे उत्पत्ती करण्याच्या उपजत शक्तिमुळे कातडी हाडे, केस वगैरेची उत्पत्ती करते तोच आपला स्थूल देह होय.

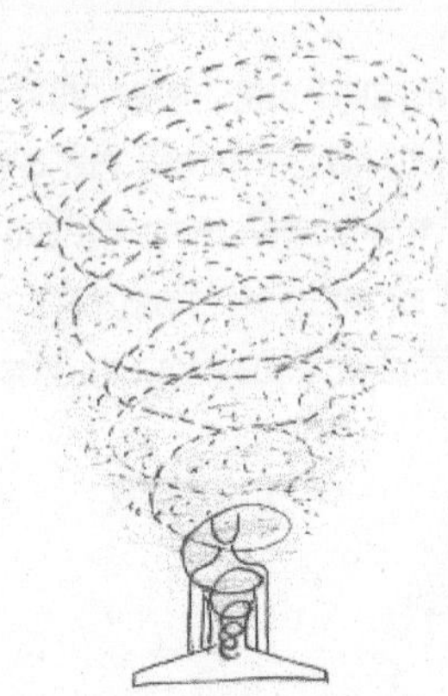

पेशींचे विरळ होत जाणे.

या पेशी म्हणजे आपण संपूर्ण आयुष्यात जे ज्ञान मिळवले त्याचे भांडार आहे आणि या पेशी सदोदित वाढत असून त्यांचे नूतनीकरण होत असते, आपला श्वास ज्याप्रमाणे आपोआपच वाहात असतो किंवा आपल्या जाणीवेप्रमाणे ठराविक तऱ्हेने वाहातो त्याच प्रमाणे या पेशी आपल्या इच्छेप्रमाणे कार्य करू शकतात.

तुम्ही प्रत्येक पेशीत असलेली शक्ति तुमच्या उद्देशाप्रमाणे आणि जाणीवेप्रमाणे वापरू शकता. ही एक बदलाची स्थिती आहे. त्यामुळे मिळालेल्या ज्ञानाची समज मिळवून तुमची मनोकायीक व्यवस्था संतुलीत होते.

श्रद्धा

'श्रद्धा' म्हणजे काय? ओशो सांगतात – "जेव्हा तुम्ही एखादी गोष्ट सिद्ध करू शकत नाही तरी ही त्याच्यावर तुम्ही विश्वास ठेवता – त्याला श्रद्धा म्हणतात. श्रद्धा ही बौद्धिक नाही, ही एक तत्त्वप्रणाली नाही. ही एक अशक्य आणि माहीत नसलेल्या गोष्टीमागे झोकून देण्यासारखे आहे. ज्यावेळी तुम्ही अशा एका जागी येता कि तुमची बुद्धी तर्कसंगतीच्या अंतीम टप्प्यावर येता कि ज्याच्यापुढे तुमची बुद्धी जाऊ शकत नाही. या पुढे काय? तुम्ही हे जाणता कि ज्या एका ठिकाणी बुद्धि थांबते त्याच्या पुढेही काही अस्तीत्त्व असते. मग तुम्ही काय करणार? जर तुम्हाला यापुढेही काय आहे हे समजून घेण्याची तीव्र इच्छा असली तर तुम्हाला एक अचानक फार मोठी गरुडझेप घ्यावी लागेल." नेहमीच्या शब्दात सांगायचे तर गरुडझेप म्हणजे मोठा धोका पत्करणे. अपरिचित प्रदेशात मार्गदर्शका-शिवाय जाण्यासारखे आहे. याचा असाहि अर्थ होतो की दुसऱ्या कोणीही जो धोका पत्करला नसता तो धोका पत्करणे.

७. तारुण्यवर्धक श्वसन प्रकार

आता पर्यंत तुम्ही वापरत असलेली व पूर्णपणे विकसित झालेली शास्त्रोक्त अध्यात्मिक श्वसन प्रकारांची पद्धत तुमच्या श्वसनाला रोगमुक्ती व तुमच्यातील होणाऱ्या बदलांना वेगवेगळ्या स्थरावर मार्गदर्शन करेल. हे सर्व आपल्या मानसिक, भावनिक आणि शारीरिक अशा सर्व स्थरांवर आपण आत्मसात केले आहे. जर दिलेल्या सूचना तंतोतंत पाळल्या नाहीत आणि दिलेला क्रम पाळला नाही तर (श्वास एकमेकात अडकतात) मानसिक, भावनिक व शारीरिक अस्वस्थता जाणवू शकेल.

या तारुण्यवर्धक श्वसन प्रकाराची बोधवचने तुम्ही साध्य केलेली रोग निवारक शक्ति कोणत्या पातळीपर्यंत पोहचली आहे त्याचे ज्ञान तुम्हाला करून देईल. तुमच्या शरीरात ज्या ठिकाणी दुखत असेल त्या ठिकाणी तुमचा श्वास व लक्ष केंद्रित करा आणि ज्या प्रमाणात तुम्ही ही शक्ति आत्मसात केली असाल त्याप्रमाणात दुखणे कमी होईल.

काही वेळा असे पण घडेल कि साधकाला एखादा श्वसन प्रकार आत्मसात करण्यास कठीण वाटेल. त्यात गैर असे काहीच नाही. पण अशा वेळी उगाच घाई करून किंवा जबरदस्तीने तो प्रकार करण्याची जरुरी नाही. सराव सावकाश व हळू करा व काही काळानंतर तो प्रकार तुम्ही सहजतेने करू शकाल. एखाद्या साधकाला दुसरा प्रकार म्हणजे 'चैत्यन्यदायक श्वसन' प्रकार आत्मसात करण्यास कठीण वाटेल, पण मला 'तारुण्यवर्धक श्वसन' प्रकार कठीण वाटला. मला जवळ जवळ एक वर्षाचा कालावधी तो प्रकार ७ वेळा करण्यास लागला. हे तुम्ही समजून घ्या कि पूर्णपणे व अचूकपणे एखादा श्वसन प्रकार आत्मसात करता येणे ही एक जास्त वेळ लागणारी प्रक्रिया आहे म्हणून तुम्ही धीर धरा.

तारुण्यवर्धक श्वसन प्रकार करण्याची कृती

सूचनाः हा श्वसन प्रकार शक्तिशाली आहे. दिलेल्या सूचनांचे काळजीपूर्वक पालन करा.

तारुण्यवर्धक श्वसन प्रकाराचा सराव

सराव दोन आवर्तनाने सुरू करा आणि एक किंवा दोन आठवड्यात सात आवर्तने करू लागा.

हा श्वसन प्रकार आधी शिकलेल्या श्वसन प्रकारांपेक्षा जरासा कठीण आहे आणि आवश्यक ७ वेळा करण्यासाठी काही वेळ लागेल.

पूर्वीच्या प्रकाराप्रमाणेच सरळ ताठ उभे राहा. पाठीचा कणा ताठ आहे. कुल्ले आवळून घेतले आहेत आणि पावले दाब देऊन जमिनीवर घट्ट रोवली आहेत याकडे बारकाईने लक्ष द्या.

१. हात कमरेवर ठेवून कमर घट्ट पकडा. जोराने पूर्ण श्वास घ्या.

   कोपरे पुढच्या बाजूला जेवढी आणता येतील तेवढी आणा. यावेळी तुमचे खांदे उचलले जात नाहीत हे पहा. ते सरळ खाली असून अडकवल्यासारखे ठेऊ नका.

२. तुमचे पाय व कुल्ले ताणलेले राहातील असे बघा. नंतर कोणताही ताण कमी न करता मान पुढे व मागे करा.

   यावेळी माकड हाडापासून मानेपर्यंत एक ताण जाणवेल. नंतर पूर्ववत होता त्या स्थितीत या. हि क्रिया तीन वेळा करावयाची आहे.

   थोड्या सरावानंतर ही क्रिया तुम्ही श्वास आत धरून ठेऊन सहजपणे एका तालबद्ध रितीने करू शकाल.

३. सरळ ताठ उभे राहून आत घेतलेली सर्व हवा तोंडावाटे सावकाश व जोराने उच्छ्वास करुन बाहेर सोडा. (इतर श्वसन प्रकारात करता त्या प्रमाणे करा) श्वास आत घेऊ नका.

   कंबरेतून पुढे वाका नंतर सहजपणे शक्य असेल तेवढे मागे वाका. परत पुढे वाका व मागे वाका. असे तीन वेळा करा.

   हे एक आवर्तन झाले.

   या प्रमाणे सात वेळा केल्यावर श्वास घ्या आणि शरीर शिथील सोडा. ताठ व न हालता उभे राहा आणि मनात या श्वसन प्रकाराची बोधवचने म्हणा.

तारुण्यवर्धक श्वसन प्रकाराची बोधवचने आणि डोळ्यासमोर दिसणाऱ्या प्रतिमा

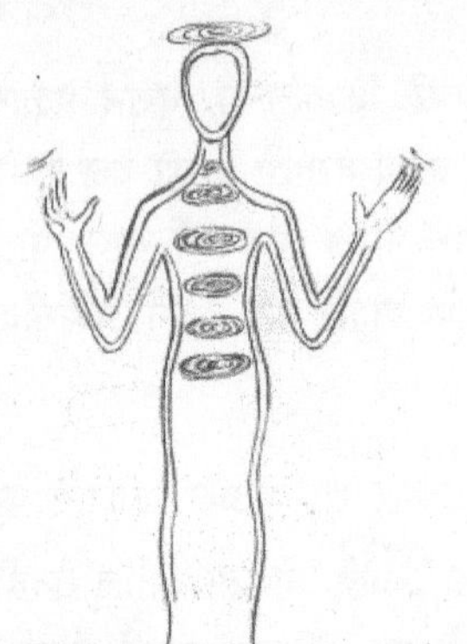

तारुण्याचे सर्व दृष्टेने होणारे प्रकटीकरण.

बोधवचने म्हणताना एक प्रकारची आनंदी भावना मनांत आणा.

हे पाठ करा व म्हणा

"या श्वसनाचे यश पूर्णपणे माझ्या विश्रांति घेण्याच्या क्षमतेवर अवलंबून आहे. मी पूर्ण विश्रांति घेत आहे. मला आनंदी वाटते.

"मी यौवन आहे. मी तरुण आहे. श्रेष्ठ तारुण्य-अद्‌भुत तारुण्य-तेजस्वी-सचेतन-उत्साही तारुण्य, भयहीन, कर्तृत्त्ववान, धाडसी, विजयशील तारुण्य-धैर्य, बल व शक्तिने परिपूर्ण."

"मी विचार करत होतो कि माझे शरीर झिजून झिजून एखाद्या जुन्या चपलेच्या जोडी-प्रमाणे जीर्ण, वृद्ध होत आहे. पण आता मला हे माहीत आहे – त्या अस्तित्वात उभे असल्यावर मला हे समझते की माझ्यासाठी नवीन पेशी तयार होत आहेत. माझी पुनर्रचना माझे नूतनीकरण होत आहे."

"विजयाचे हे गीत मी गातो – मला वय नाही. मला झीज नाही, आजार नाही – वार्धक्य नाही – मृत्यु नाही – मी मुक्त आहे – काळाच्या तडाख्या-पासून मी मुक्त आहे – मी मुक्त आहे – माझ्या स्वतःच्या कल्पनेतील सर्व नकारात्मक विचारांपासून मी मुक्त आहे – मुक्त – तरुण – तरुण – मी आनंदी आहे. माझा आनंद आता गगनात मावत नाही. ह्या क्षणापासून पुढे नेहमी मी तरुण आहे" आणि आता अत्यंत आदराने मी आभार मानतो, एक लहानसा श्वास घेतो व दीर्घ असा उसासा देतो – आणि परत एक लहान श्वास घेऊन मी एक उसासा देतो आणि पूर्वीपेक्षा तरुण होऊन मी खाली बसतो."

तारुण्यवर्धक श्वसनाचा आणि बोधवचनाचा होणारा परिणाम

या तारुण्यवर्धक श्वसन प्रकारात मूलाधार चक्रापासून क्रमाक्रमाने स्वाधीष्ठान, मणीपूर, अनाहत आणि विशुद्धी चक्रांमधून रोग प्रतिबंधक उर्जा वरच्या दिशेने खेचली जाते आणि त्यामुळेच त्या त्या चक्रांशी निगडीत असलेली सर्व इंद्रिये यांना ती उर्जा शुद्ध करते. या क्रियेमुळे आपल्या शरीरात व मनात कायापालट घडून येतो. जुन्या अणूरेणूंची फेररचना आणि नूतनीकरण होते. पूर्वीच्या पेशींच्या रचनेत स्थित्यंतर घडून येते. त्यामुळे आपली एक प्रकारची नवीन ओळख व नवीन तऱ्हेचे व्यक्तिमत्व तयार होते.

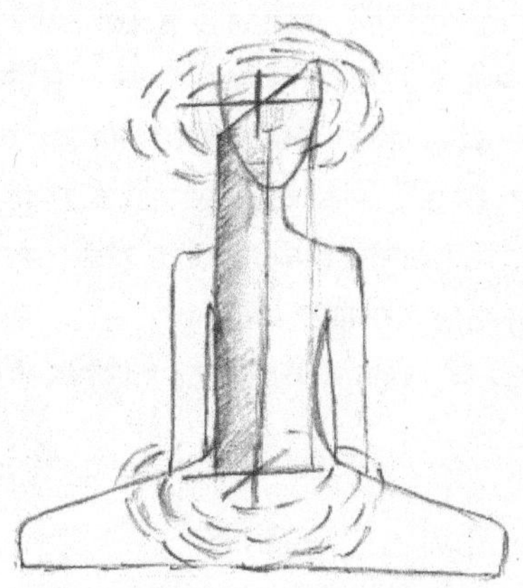

आज्ञा व स्वाधीष्ठान चक्राचे एकत्रित कार्य.

चक्रांची हालचाल आपल्याला जाणवलेच असे नाही. कारण आत्तापर्यंत अडथळे दूर करण्याचे व कुंडलिनी सहज वाहेल असा मार्ग श्वसन प्रकाराच्या सरावामुळे तुम्ही तयार करण्याचे कार्य केले आहे. ज्यावेळी आवश्यक असेल त्यावेळी त्यांचे अस्तीत्त्व जाणवेल म्हणजे ज्यावेळी अशी अडथळा होण्यासारखी परिस्थिती उद्‌भवेल किंवा पुढे काहीतरी अडथळा तयार होईल त्याच वेळी ह्या चक्रांची हालचाल जाणवेल. ज्यावेळी एखाद्याच्या पूर्वीच्या व्यक्तिमत्त्वात हा बदल घडून येईल – हि दोन चक्रे आज्ञा व स्वाधीष्ठान – त्या साधकाला त्याच्या अध्यात्मिक व व्यावहारीक जीवनात समतोल साधण्यास मदत करतील आणि तुमचे एक नवीन रूप होईल.

स्वाधिष्ठान चक्रात इच्छा आणि लैंगिक वासना यामुळे समस्या होऊ शकतात. एकटेपणाने राहाण्याऐवजी ती व्यक्ति मैत्रीचे संबंध प्रस्थापित करण्याकडे ओढली जाते. मेंदूमध्ये हे चक्र सुप्तमनाचे निदर्शक आहे. आपली सर्व कर्मे या चक्रात साठवली जातात. अशांतपणा व सुप्त जाणीव हे या चक्राचे गुणधर्म आहेत पण ते शुद्ध झाल्यावर उच्च दैवी पातळीपर्यंत पोहचते आणि चमत्कार, हेवेदावे, मत्सर, दया, आनंद वगैरे सर्व भावभावनांपासून मुक्त होते.

'तारुण्यवर्धक श्वसन' प्रकारामध्ये पुढेमागे करण्यात येणाऱ्या हालचालीमुळे आपण जाणीवपूर्वक खालच्या दिशेने वाहाणाऱ्या (अधोगामी) शक्तिला तसेच 'आज्ञा चक्र' व 'विशुद्धी चक्र' यांना जागृत करतो. नंतर पुढे व मागे वाकण्याच्या क्रियेमुळे वरच्या दिशेने वाहाणाऱ्या (उर्ध्वगामी) शक्तिलाही वरच्या दिशेने वाहाण्यासाठी आपण उत्तेजीत करतो. या दोन्ही शक्तिंचा संगम मध्यबिंदूवर – मणीपूर चक्राच्या ठिकाणी – होण्याच्या उद्देशाने वरील दोन्ही क्रिया केल्या जातात. त्यामुळे सर्जनशीलता, स्वतःवरचा दृढ विश्वास, तरलता, सांसारिक व सामाजिक समज याबद्दलची जबाबदारी तसेच आसपासच्या परिस्थितीची योग्य जाणीव होऊन मानसिक, भावनिक व शारीरिक वृत्तींमध्ये समतोल प्रस्थापित होतो.

या सर्व क्रियांमध्ये थायरॉईड ग्रंथी, यकृत, स्वादूपिंड व पोटातील इतर इंद्रिये यांना व्यायाम घडतो.

समतोल

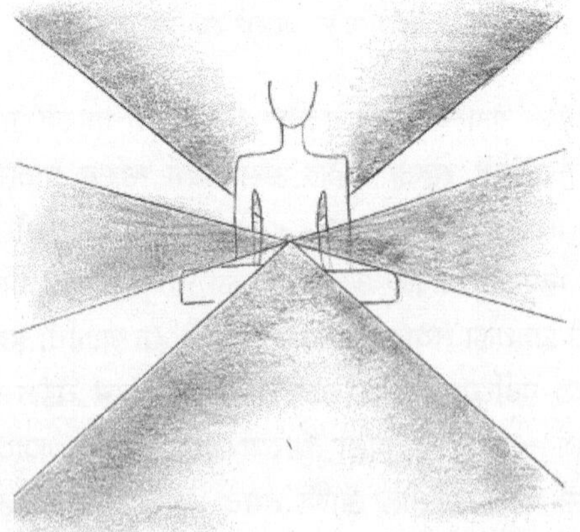

मणीपूर चक्रापासून सर्व दिशांना वाढत जाणारे इथर शरीर.

"नाभीच्या सभोवतालच्या भागात एक महत्त्वाचे केन्द्र आहे. ज्या ठिकाणी 'प्राण व अपान' ह्या दोन शक्तिशाली प्राणांचा एकमेकाशी संगम होतो. 'प्राण' हा नाभी व घसा यामध्ये वरखाली असा वाहात असतो आणि 'अपान' ओटीपोट आणि नाभी यामध्ये वर खाली असा वाहात असतो. ह्या क्रिया दोन रेल्वेचे डबे जोडतात त्याप्रमाणे एक दुसरीशी संलग्न असतात. त्यामुळे श्वासाबरोबर 'प्राण' नाभीकडून घशापर्यंत वाहात असल्याचा अनुभव येतो व त्याचबरोबर 'अपान' मुलाधारापासून वर नाभी पर्यंत येत असलेला जाणवतो. नंतर निःश्वासा बरोबर 'प्राण' घशाकडून नाभीकडे खालच्या दिशेने वाहू लागतो व 'अपान' मणीपूर ते मूलाधार अशा मार्गाने खाली वाहातो. याप्रमाणे 'प्राण' व 'अपान' अखंडपणे एकत्रित कार्यरत असतात आणि श्वास व निःश्वास यांच्या बरोबर दिशा बदलत वाहातात.

— स्वामी निरंजनानंद सरस्वती

पूर्वीच्या काळी एखाद्या साधकाला अध्यात्मिक मार्गात साधना करावयाची असेल तर त्याला शारीरिक, मानसिक व भावनिक या तीन्ही वृत्तींमध्ये समतोल साध्य करण्यासाठी जवळ जवळ सात किंवा त्यापेक्षा जास्त वर्षे साधना करणे आवश्यक असे व नंतरच ध्यान-धारणेचा अभ्यास तो करू शकत असे. या प्रत्येक वृत्तीसाठी एक ठराविक साधना करावी लागे. ह्या साधना म्हणजे – भक्तियोग – समर्पणाचा मार्ग ज्यामुळे तुमच्या भावनिक वृत्तीमध्ये समतोल साध्य होत असे. ज्ञानयोग – ज्ञानाचा मार्ग मानसिक संतुलता साध्य करण्यासाठी. कर्मयोग – सेवा करण्याचा मार्ग. शारीरिक वृत्तीमध्ये समतोल साध्य होण्यासाठी. या तिन्ही वृत्तीमध्ये समतोल साध्य करण्यास सात वर्षांचा काळ लागतो असे गृहीत धरले आहे. यानंतर सूक्ष्म वृत्तीवर लक्ष केन्द्रीत करण्याकरिता ध्यान-धारणेला सुरवात करता येत असे. या काळात खरा बदल घडत असतो व जर तुम्ही बारकाईने लक्ष दिलेत तर हे सूक्ष्म पातळीवर होणारे बदल तुम्ही जाणू शकता व तो बदल पाहू शकता.

पुढील पानावर दाखवलेल्या आकृतीत तुम्ही हे बघू शकता कि डाव्या बाजूचा मेंदूचा भाग, उघड्या तोंडाच्या फुलासारख्या दिसणाऱ्या घंटेच्या आकारासमान असलेल्या, उजव्या बाजूच्या मेंदूच्या भागात पुढे वाढत जाऊन आत शिरत आहे. आज्ञा चक्रामुळे ही क्रिया होते.

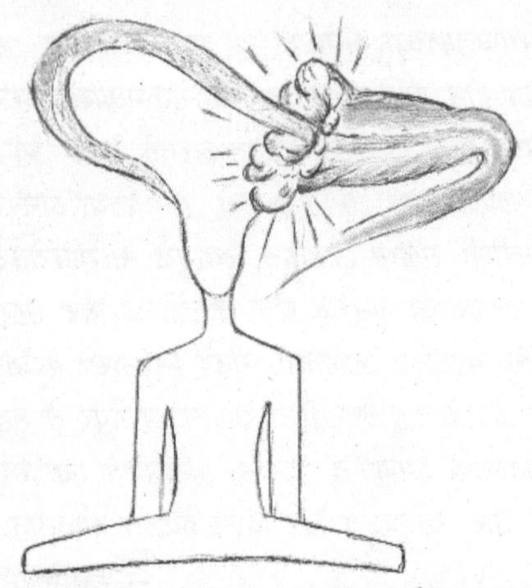

डाव्या बाजूचा मेंदू उजव्या बाजूच्या मेंदूमध्ये मिसळून जातो व त्यामुळे दोन्ही बाजूच्या मेंदूमध्ये समतोल साधला जातो.

ज्यावेळी तुम्ही संतुलनाच्या या पातळी पर्यंत पोहचता त्यावेळी तुम्ही जे अनुभव स्वतः अनुभवता त्याचे साक्षीदार होता. तुम्ही असंतुलन संतुलनात बदलूं शकता. तुम्ही निवड करू शकता. संतुलन प्रकट झाल्यावर नकारत्मकता सकारत्मकतेत मिसळून जाते. विरोधी विचार विरून जातात. व्यक्ति अशा विचारापर्यंत पोहचते की चांगले किंवा वाईट काहीच उरत नाही; बरोबर आणि चूक हा भेदभाव शिल्लक राहात नाही. प्रत्येक गोष्ट आहे तशीच आहे.

डाव्या बाजूचा व उजव्या बाजूचा मेंदूचा भाग एकमेकात मिसळून गेल्यामुळे दोन विरुद्ध शक्ति म्हणजे मेंदूचा उजवा व डावा भाग एकमेकाच्या सहकार्याने काम करतात.

प्रकरण सोळावे

८. तुमचे स्वतःचे अध्यात्मिक श्वसन

सराव करता करता तुमच्या साधनेत तुमची बरीच प्रगति, झाली आहे आणि आता हे तुमच्या लक्षात आले असेल कि तुम्ही जाणीवपूर्वक किंवा अजाणतेने श्वसन करू शकता. स्वामी निरंजनानंद सरस्वती असे सांगतात कि अजाणतेने होणारे श्वसन हे मेंदूच्या दुय्यम भागाकडून होते त्यामुळे ज्यांच्याकडे लक्ष द्यावे अशा भावना, विचार व जाणीवा तयार होत नाहीत. अशा तऱ्हेने श्वासाची लय बिघडून श्वास विस्कळीत होऊन वाहू लागतो व त्यामुळे शरीर व मन यामध्ये प्रचंड गोंधळ निर्माण होते.

जर आठ श्वसन प्रकारांमुळे प्राणाच्या प्रवाहाबद्दल संवेदनशील झाला असाल तर तुम्ही सूक्ष्म पातळीवरचे अस्तीत्त्व जाणू शकाल. श्वसन प्रकार व त्यांच्या संबंधीत बोधवचनावर तुम्ही प्रभुत्त्व मिळवल्यामुळे ज्या संवदेना व भावना उत्पन्न होतात त्या तुम्ही कशा प्रकारे प्रगति करत आहात त्याचेच लक्षण आहे. तुम्ही तुमचा सराव किती सतर्कपणे व बारकाईने करता यावर हे घडण्याचे अवलंबून आहे. नेहमी कोणत्याही उत्पन्न होणाऱ्या संवेदनाबद्दल जागरुक राहा व शांतपणे त्या संवदेना पूर्णपणे अनुभवा. तुमच्या सरावात तुम्ही स्थिरावलात कि कोठल्या चक्रामधून श्वासोच्छास करत आहात त्याचे निरीक्षण करण्यास शिका.

आत्तापर्यंत जर तुम्ही ह्याकडे लक्ष दिले नसेल तर मी तुम्हाला असे सुचवीन कि तुम्ही करत असलेल्या श्वसन प्रकाराकडे सतर्कतेने लक्ष द्या. ह्यामुळे यापुढे तुमची प्रगति वेगाने होईल.

तुमचे स्वतःचे अध्यात्मिक श्वसन करण्याची कृति

सूचनाः हा श्वसन प्रकार शक्तिशाली आहे. दिलेल्या सूचनांचे काळजीपूर्वक पालन करा.

तुमचे स्वतःचे अध्यात्मिक श्वसनाचा सराव

दोन श्वासाने सुरूवात करा. नंतर हळूहळू एक ते दोन आठवड्यात हि संख्या सातपर्यंत वाढवा.

सरळ ताठ उभे राहा आणि तुमचा मेरूदंड सरळ आहे याची खात्री करा.

दोन्ही पायाची पावले जमिनीवर दाबून एकमेकापासून काही अंतरावर ठेवा. (फक्त या एकाच प्रकारात दोन्ही पाय एकमेकांपासून काही अंतरावर ठेवतात.)

१. नाकाद्वारे पूर्णपणे दिर्घ श्वास घेऊन धरून ठेवा.

२. मागील प्रकारा प्रमाणेच दोन्ही हात कमरेवर ठेवा. कोपरे थोडीशी पुढे काढा. आता ताठ उभे राहून तुमच्या उजव्या बाजूला जेवढे झुकता येईल तेवढे झुका. कोठल्याही प्रकारचा झटका न देता डाव्या बाजूला झूका. ही क्रिया तीन वेळा करा.

३. वरील क्रिया सावकाश व एका लयीत करणे आवश्यक आहे. असे तीन वेळा पूर्ण केल्यावर कमरेवरील हाताची पक्कड कायम ठेवून शूऽऽऽ असा जोरात आवाज करत उच्छ्वास करा. या ठिकाणी एक आवर्तन पूर्ण झाले.

४. अशी सात आवर्तने केल्यावर श्वास सोडा व घ्या आणि पुढील पानावर दिलेली या श्वसन प्रकाराची बोधवचने मनातल्या मनात म्हणा.

बोधवचने आणि मनःचक्षुसमोर दिसणारी दृष्ये

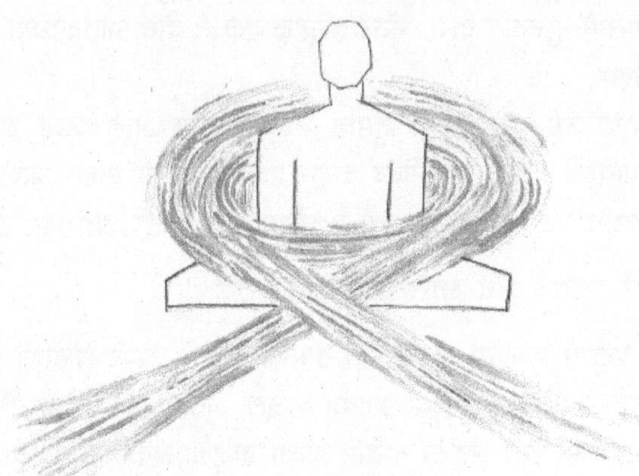

गुरुंकडून आलेली स्पंदने सर्व साधकांना गुरफटून टाकतात.

हे पाठ करा व म्हणा

"आता मी माझ्या मस्तकाचा-डोक्याच्या वरील भागाचा विचार करतो. मी आनंद आनंद याचाच विचार करतो आणि अगदी त्याचवेळी मी तो आनंद बाहेर पाठवतो! अगदी बाहेर!

"मी अध्यात्मिक मार्गाच्या सर्व साधकाना मग ते कोठेही असले तरी त्यांना मी व्यापून टाकले आहे. मी हे शहर, हे राज्य व्यापले आहे... आणि आता मी त्या दिव्य प्रकाशाच्या लाटा अनुभवत आहे आणि त्या लाटा आपोआपच वाढत वाढत आहेत, वृध्दिंगत होत आहेत. मी संपूर्ण देश व्यापून टाकला आहे.

"मी संपूर्ण जग (तुम्ही एक प्रचंड पृथ्वीचा गोल व्यापला आहे अशी कल्पना करा) मी संपूर्ण मानवजात व्यापली आहे आणि आता माझ्यातील त्या दिव्य प्रज्ञेच्या प्रकाशाने, माझ्यातील प्रेमाने, माझ्यातील आनंदाने, माझ्यातील जीवनाने... मी चराचरातील प्रत्येक सजीव वस्तु व्यापून टाकली आहे.

"आता मी अगदी भक्कम उभा राहातो कारण तो माझ्याकडे परत येणारा प्रकाश, ज्या एका बिंदूतून मी तो सोडला आहे त्या एकाच बिंदूकडून परत न येता सर्व बिंदूकडून तो परत येत आहे. तो परत येत आहे... जवळ... जवळ अगदी जवळ.... आणि आता त्या प्रकाशाने मला सर्व बाजूने व्यापून टाकले आहे. तो दैवी प्रज्ञेचा प्रकाश, ते प्रेम, तो आनंद, प्रत्येक सजीव वस्तूंकडून माझ्याकडे येणारे ते जीवन यामुळे मी माझे संपूर्ण शरीर सर्व विश्व, प्रकाशाने... प्रकाशाने भरून गेलेले पाहातो! प्रकाश! प्रकाश! प्रकाश!

"आणि आता माझ्या स्थूल शरीरातील प्रत्येक पेशी त्या दैवी, प्रज्ञेच्या प्रकाशाने, त्या प्रेमाने, त्या आनंदाने, प्रत्येक सजीवांकडून येणाऱ्या त्या जीवनाने भारून टाकतो. मी आभार मानत व आनंदी होऊन, मी एक लहान श्वास घेतो व दिर्घ दिर्घ उसासा देतो.

"आता तो प्रकाश मी माझ्या शरीरांत साठवून ठेवतो आणि एक लहानसा श्वास घेऊन लगोलग उच्छवास करतो!"

सूर्याच्या उपासनेमुळे सौर उर्जेत होणारा प्रवेश.

ह्या श्वसन प्रकारामुळे स्वाधीष्ठान व मुलाधार ही चक्रे आणखीन उत्तेजीत होतात.

"स्वाधीष्ठान हे मानसीक आठवणीचे भांडार आहे. 'असे सांगतात की पूर्वीची सर्व कर्मे, पूर्वजन्म, पूर्वीचे अनुभव, मानवाच्या सुप्त मनातील असंख्य गोष्टी स्वाधीष्ठान चक्राने दर्शविल्या जातात. हे चक्र म्हणजे मानसिक आठवणीचे व गतजन्मातील केलेल्या कर्मांचे भांडार आहे. सुप्त जाणीवांचे ते घर आहे."

— स्वामी सत्यानंद सरस्वती

मुलाधार चक्र हे कुंडलिनी शक्तिचे स्थान आहे व या ठिकाणी वेटोळे करून ती सुप्त स्वरुपात असते.

"मुलाधार चक्रामध्ये आपल्या प्रगतिच्या प्राथमिक अवस्थेमधील कर्मे ही राग, लोभ, मत्सर, वासना, प्रेम, तिरस्कार वगैरेंच्या रुपांत प्रकट होतात."

— स्वामी निरंजनानंद सरस्वती

प्रकरण सतरावे

श्वसन प्रकारामधून मिळालेले वैश्विक ज्ञान (प्रज्ञा)

श्वसन प्रकारातून प्राप्त झालेले वैश्विक ज्ञान (प्रज्ञा)

तुम्ही सराव करता करता बरेच पुढे आला आहात आणि आता तुम्ही अशा एका जागी आला आहात कि तुम्हाला तुमचे स्वतःचे अनुभव येऊ लागले असतील. बऱ्याच अंशी आपल्याला असलेली जुनी माहिती ही बोधवचनाद्वारे मिळालेल्या माहितीने पुसून टाकली आहे. पूर्वी सांगितल्याप्रमाणे शेवटच्या तीन श्वसन प्रकाराची जुळवणी अशा तऱ्हेने केली आहे कि खालच्या तीन चक्रांमध्ये साठवलेली माहिती उघड होईल.

एकदा का तुम्ही सर्व श्वसन प्रकारावर व त्यांच्या बोधवचनांवर आणि ध्यानाच्या बोधवचनासह – जी पुढील भागात दिली आहेत – प्रभुत्त्व मिळवलेत की तुम्ही तुमच्या मानसिक, भावनिक व शारीरिक पातळ्यांवर होणाऱ्या बदलापर्यंत पोहचू शकाल. तुम्ही तुमच्या अनुवंशिक मनापासून दूर व्हाल, तुम्ही तुमची स्वतःच्या विचाराशिवाय पूर्वजांच्या रूढी मान्य करू शकणार नाही आणि त्या रूढी पूर्ण चिकित्सा केल्याशिवाय, सखोल विचाराशिवाय आणि तुम्ही मिळवलेल्या स्वतःच्या अनुभवाशिवाय पुढील पिढ्यांकडे सोपवणार नाही. अशा तऱ्हेने मानवजातीच्या उच्च दर्जाच्या प्रगतिसाठी तुम्ही जबाबदार रहाल.

श्वसन प्रकार, त्यांची बोधवचने आणि ध्यान हे तुमच्या जीवनाचे व सरावाचे भाग बनले आहेत. हे तुम्ही अत्यंत आदरपूर्वक भावनेने केलेत तर हळूहळू तुम्ही प्रकाशाच्या आतील भागामध्ये प्रवेश करू शकाल. तुमच्या ध्यानाच्या सरावामध्ये तुम्ही तो 'प्रकाश' बघू शकाल आणि तुमचे सर्व शरीर "प्रकाशमय" झालेले तुम्हाला जाणवेल. दृढ श्रद्धा आणि श्वसन प्रकाराच्या अतीशय नियमित सरावामुळे तुम्हाला त्याचे उत्तम फळ मिळेल.

मन

मनाच्या कार्य करणाच्या दोन पद्धतिमुळे त्याचे दोन विभाग पडले आहेत. सामान्यपणे मेंदूचा डावा अर्धा भाग व उजवा अर्धा भाग असा त्यांचा उल्लेख होतो.

डावा भाग हा व्यावहारिक मन किंवा जागृत मन जे तुम्ही तुमच्या दररोजच्या व्यवहारात वापरता. हे जागृत मन सुप्त मनाचा रक्षक म्हणून काम करते. जागृत मनाच्या संमतिनेच ठराविकच माहिती सुप्त मनापर्यंत जाऊन पोहचते.

मनाच्या चार स्थिती आहेत.

१. **नेहमीचे विचारः** ज्यावेळी मन विस्कळीतपणे एका विचाराकडून दुसऱ्या विचाराकडे जाते.

२. **चिंतनः** जेव्हा आपण आपल्या विचाराला एक ठराविक दिशा देतो आणि ठराविक लक्ष ठरवून देतो आणि आपले विचार विस्कळीत नसून व्यावहारिक व तर्कसंगत असतील त्यावेळची असणारी मनाची स्थिती.

३. **एकाग्रताः** ज्यावेळी आपण मनाला इकडेतिकडे भटकण्यास मज्जाव करतो ती मनाची स्थिती म्हणजे एकाग्रता.

४. **ध्यानः** या मनाच्या स्थितीमध्ये तुम्ही तुमच्या विचारांचे साक्षीदार होता. ध्यान म्हणजे निर्विचार स्थिती आपण फक्त निःशब्द निरीक्षक होतो.

उजव्या बाजूचा मेंदूचा भाग म्हणजे अचेतन मन. याला सुप्तमन असेही म्हणतात. शरीरात आपोआप सतत चालणाऱ्या क्रिया अचेतन मनामुळे चालू असतात. उदा. तुमच्या हृदयाचे ठोके, रक्ताभिसरण, यकृत व मूत्रपिंडाचे कार्य म्हणजे तुमच्या शरीरातील सर्व अतीशय महत्त्वाची इंद्रिये व पेशी ज्या आपणास कळत नाहीत. अशांचे कार्य हे सर्व अचेतन मनामुळे चालू रहाते. चेतन मनापेक्षा अचेतन मन जास्त शक्तिशाली व अचूक असूनही प्रश्न विचारण्याची क्षमता अचेतन मनाजवळ नसते. एकदा का कोणतीही माहिती अचेतन मनात गेली कि ती कायम स्वरुपी स्मरणात राहाते. याचे अगदी साधे उदाहरण म्हणजे जीन्यावरुन धावत खाली उतरताना पहिल्या काही पायऱ्या उतरल्या कि नंतर पुढील खाली उतरण्याची क्रिया अचेतन मनाकडून आपोआपच होते. पोहणे किंवा सायकल चालवणे एकदा शिकल्यावर ते अचेतन मनांत कायमचे कोरले जाते. म्हणून अचेतन मनाकडे काय पाठवले जाते यासाठी प्रत्येक क्षणी चेतन मन सतर्क व दक्ष असले पाहिजे. ब्रह्मविद्येमध्ये बोधवचनाद्वारे आपण जाणिवपूर्वक सकारात्मक विचार जुन्या विचारांच्या जागी पाठवत असतो आणि आपल्या जीवनाचे स्वामी बनून योग्य जाणीवेपर्यंत पोहचण्याच्या दिशेने मार्गक्रमण करतो.

विचार

तुमच्या विचार करण्याच्या पद्धतिमध्ये बदल घडवून आणून तुमच्यामध्ये हळूहळू पण निश्चितपणे वैचारिक बदल घडवून आणणे हेच मुख्य कार्य श्वसन प्रकार व त्यांची बोधवचने याच्या मार्फत घडून येते. जरी विचार आपण पाहू शकत नसलो, हाताळू शकत नसलो किंवा त्याची चव घेऊ शकत नसलो तरी त्यांच्यामुळे होणारा परिणाम त्यांच्याशी मिळताजुळता असतो. आपल्या विचारांच्या तीव्रतेप्रमाणे आपण एक शक्ति तयार करत असतो आणि त्या विषयाचे प्रकटीकरण होण्यास लागणारा पदार्थ उत्पन्न करतो. जसे आपण आहोत ते आपल्या विचारामुळेच तसे घडलो आहोत. आपले विचारच आपण जे करतो ते करण्यास कारणीभूत आहोत आणि आपले विचारच आपल्या जीवनात जे काही आहे ते घडवतात. दुसऱ्या शब्दांत सांगायचे तर आपले जीवन – जे काही आपण बोलतो करतो, आणि जाणवतो – ते सर्व आपल्या विचारांशीच सुसंगतच असते.

भावना

आपल्या भावना विचारांच्या पातळीवर प्रकट होतात आणि शारीरिक स्थरावर जाणवतात. भावना विचारांशी निगडीत असतात. खरे पहाता त्या भावना, विचारांमुळेच तयार होतात आणि आपल्या कळत नकळत बरा किंवा वाईट परिणाम आपल्या शरीरावर करतात.

उदाहरणार्थ, आपल्याला हे माहित आहे कि ज्यावेळी आपण संतापतो त्यावेळी आपले हृदय जोराने चालते. ज्यावेळी आपण लाजतो किंवा राग-भय यामुळे तणावाखाली येतो, प्रत्येक क्षणी आपल्या भावना आपल्या शरीरावर परिणाम करत असतात, तरी सुद्धा आपण त्याकडे लक्ष देत नाही. ज्या भावना परत परत येतात किंवा ज्याचा आपण सतत विचार करतो त्या भावना आपल्या मनात खोलवर रुजतात आणि आपल्या स्वभावाचा किंवा मनाचाच एक भाग होऊन राहातात. या भावना आपल्या मनात इतक्या खोलवर रुजतात कि आपण त्यांची जाणीव विसरून जातो आणि त्या आपल्या जीवनावर परिणाम करतात, याकडेहि दुर्लक्ष करतो.

लोहचुंबकाला ज्याप्रमाणे ऋण व धन अशा दोन बाजू असतात. त्याप्रमाणेच भावनानाही दोन बाजूमध्ये फिरतात. धन बाजू म्हणजे आकर्षण किंवा प्रेम व ऋण बाजू म्हणजे झिडकारणे किंवा द्वेष.

प्रेमाचे काही धन गुणधर्म म्हणजे शहाणपणा, ज्ञान, उपकारक, बुद्धी, सदिच्छा,

भाबडेपणा, अभय, आनंद, सुख, तारुण्य, श्रद्धा, निरोगीपणा, ताकद वगैरे.

द्वेषाचे काही ऋण गुणधर्म म्हणजे अज्ञान, व्यसन, अपराधी भावना, भिती, दुःख, भेकडपणा, शोक, काळजी, दुःखीपणा, सूड भावना, स्वार्थ, शंका वगैरे.

अनेक भावनांमधील ह्या काही भावना झाल्या. पण पुढे अनेक लहान लहान छटामध्ये त्या विभागता येतील. उदा. भिती ही काळजी, शंका, मन खचणे वगैरे मध्ये रुपांतरित होते. सर्व ऋण भावना ह्या नुकसानकारक ठरतात. ध्यानामध्ये तुम्ही प्रेमाच्या धन तत्त्वांवर भर देता. त्यामुळे ही धनतत्त्वे जागृत मनात प्रयत्नपूर्वक सततच्या ध्यानामुळे ठसली जातात. एकदा का या पातळीवर तुम्ही पोहचलात कि इंद्रियाच्या फसव्या कल्पनांमुळे तुम्ही फसणार नाही आणि तुम्ही कोण आहात व काय आहात हे सत्य तुम्ही समजू शकाल.

प्लीहा (पोटाच्या डाव्या बाजूला असलेली एक मऊ ग्रंथी) (पाणथरी)

'तुमच्या स्वाभाविक श्वसन' प्रकारामुळे फ्लीहाचे काम वाढते व तीच्या शुद्धिकरणामुळे सूर्याकडून पृथ्वीच्या वातावरणात सतत ओतले जाणारे जीवतत्त्व ती आकर्षित करते व त्याचे रुपांतर प्राणात करते.

प्लीहा बारीक बारीक बुडबुड्यातून सौर उर्जा घेते.

"सात नैसर्गिक अणूपासून बनलेले, चकाकणारे अतीशय बारीक बारीक शक्तिशाली कण प्राणाने भारीत होतात. जेव्हा चकाकणारा हा कण वातावरणात फेकला जातो त्यावेळी तो कण रंगहीन असतो आणि स्वच्छ पांढऱ्या किंवा किंचीत सोनेरी रंगात चमकतो. परंतु जेव्हा तो चक्राच्या मध्याकडे ओढला जाऊन त्याचे पृथ्थःकरण होते आणि तो वेगवेगळ्या रंगात चमकू लागतो, त्या कणाचे अणूरेणू मध्याभोवती गरगर फिरू लागतात. चक्राचा प्रत्येक आरा त्यामधील एका एका अणूला पकडतो व अशा तऱ्हेने पिवळ्या रंगाचे अणू एका आराला, हिरव्या रंगाचे दुसऱ्या आराला अशा तऱ्हेने बाकीच्या रंगांचे अणूही एका एका आराला चिकटून फिरतात. गुलाबी रंगाचा किरण मज्जातंतूमधून सर्व शरीरभर वाहतो आणि हेच मज्जासंस्थेचे जीवन आहे. जर हे गुलाबी रंगाचे किरण पुरेशा प्रमाणात पुरवले गेले नाहीत तर ती व्यक्ति संवेदनाशील, हळवी आणि तापट होते. सशक्त माणूस साधारणपणे त्याला आवश्यक असलेल्या प्रमाणापेक्षा जास्त प्रमाणात तो ही उर्जा सोषून घेतो आणि ही शक्ति गुलाबी रंगाच्या अणूंच्या जोरदार प्रवाहाच्या रूपाने बाहेर पाठवत असतो आणि शरीराने सोषून घेतलेल्या या शक्तिचे एक प्रकाशमय गुलाबी रंगाचे वलय त्याच्या शरीराभोवती तयार होते."

– सी. डब्ल्यू. लिडबीटर

आठ श्वसन प्रकारामुळे तुमची सर्व शरीरसंस्था अतीशय हलकी व संवेदनाशील होते. जर तुम्ही तुमच्या सरावामध्ये नियमीत असाल तर तुम्हाला तुमचे शरीर प्रसरण पावत असल्याची भावना जाणवेल.

प्रकरण अठरावे

सशक्त शरीरात निरोगी मन

अचेतन मनाला वळण लावणे

पुढे तुम्हाला हे माहित होईल कि अचेतन मन हे त्याला ज्या सूचना द्याव्या त्या कोणतीही शंका न विचारता त्यावर विश्वास ठेवते आणि ताबडतोब तुमच्या सूचनांप्रमाणे काम करण्यास सुरवात करते आणि तुम्ही कोणत्याही सूचना दिल्या असल्यात तरी ती गोष्ट निःसंशय पूर्णत्त्वास नेते. कारण अचेतन मन कोणताही प्रश्न किंवा शंका न विचारता जे तुम्ही सांगतले आहे किंवा त्याला ज्या सूचना दिल्या आहेत त्याचे तंतोतंत पालन करते.

श्वसन प्रकार व त्यांची बोधवचने हे समजण्यास मदत करतात कि जीवनाचे उगमस्थान कोणते, आणि जीवनाचे रहस्य काय? यांचे उत्तर मिळवण्यासाठी किंवा त्यामागचे रहस्य समजण्यासाठी फक्त सशक्त मनाची जरूरी नसून त्या बरोबर उत्तम शारीरिक क्षमताही असणे आवश्यक आहे. जर अचूक साधन सामुग्री उपलब्ध झाली तर मनाची शक्ति कोणतेही काम करू शकेल. फक्त विचार, एखाद्या उपाशी माणसाला अशक्त होण्यापासून वाचवू शकत नाहीत किंवा माणसाच्या शरीर पोषणाला आवश्यक गोष्टी एखादा माणूस घेत नसेल तर त्या गोष्टी त्याला निरोगी ठेवू शकत नाहीत.

मेंदू सक्षम बनवण्यासाठी आवश्यक गोष्टी सर्जनशील प्रज्ञेला आपण दिल्या पाहिजेत. या गोष्टी पुढील पाच जीवनावश्यक तत्त्वांनी तयार झालेल्या आहेत. घन अन्न, द्रवरुप अन्न, विश्रांति, श्वास आणि विचार. ही पाचही तत्त्वे योग्य प्रकारची असावी आणि सर्व पाचही तत्त्वेही सशक्त व सक्षम व्यक्ति बनवण्यास योग्य अशीच असावी. विचार, आश्चर्यकारक गोष्टी करू शकते पण बाकीच्या चार तत्वांच्या बगैर नाही. आपल्या जीवनात आवश्यक प्रमाणात लागणारा श्वास हीच मोठी त्रुटी आहे, अशी कोणती एखादी गोष्ट असू शकेल कि ती मेंदूचे पोषक अन्न असेल, तर ती म्हणजे श्वास हीच होय.

ठराविक उद्देशाने केलेले ध्यान (उद्देशाधिष्ठीत ध्यान)

विशिष्ट उद्देशाशिवाय केलेले ध्यान हे निरर्थकच होय. मनाच्या आळशी, स्वप्नाळू किंवा भरकटलेल्या अवस्थेत ध्यान केल्याने त्यापासून फायदे मिळण्याऐवजी तोटेच फार होतात. बोधवचनातील शब्दांच्या अर्थाकडे लक्ष न देता ते म्हणण्यामुळे सुप्त मनाकडे चुकीचा व गोंधळाचा संदेश दिला जातो. काहीवेळा आपण अशा परिस्थितीत असतो कि आपल्याला त्यातून काहीच बोध होत नाही आणि त्यामागच्या उद्देशाचाही उलगडा होत नाही. आपण आपल्या सुप्त मनाकडे स्पष्ट संदेश न पाठवण्याचा हा परिणाम असतो.

आपल्या विचारांमागे ठराविक उद्देशाची – तीव्र भावनांची – आणि शब्दांची शक्ति लावण्याचे तंत्र सरावामुळेच साध्य होते. सध्या माहित असलेल्या परिणामकारक पद्धतीप्रमाणे आपल्या श्वसन प्रकारांच्या आणि बोधवचनांच्याद्वारे हे तुम्हाला शिकवले जाते, ह्यासाठी पहिल्या प्रथम सत्य शोधण्याची प्रखर इच्छा, त्या मागोमाग भरपूर सराव, एखाद्या विचारावर बराच वेळ लक्ष केन्द्रित करणे, निःशब्द शांततेचा अनुभव येण्यासाठी आधी दुसऱ्या विचारांवर व जाणीवांवर ताबा ठेवणे आवश्यक आहे.

तुमच्यातील आणि तुमच्यासाठी असलेल्या शक्तिचा शोध घेण्याचा सराव तुम्ही नियमीत व समर्पित भावनेने करत असाल तर निःसंशयपणे ती शक्ति तुम्हाला सापडेल. यासाठी तुम्ही दिर्घ प्रयत्न केले पाहिजेत आणि शांत व आनंदी राहिले पाहिजे. शांतपणे बोलण्याची सवय ठेवा. शांतपणा कि ज्यावर तुमचा दृढविश्वास व ताबा असेल, तुम्ही असेच शब्द उच्चारा कि तुमचा प्रत्येक शब्द तुमचा विचार पूर्णपणे व योग्यपणे प्रकट करील.

उदाहरणार्थ मी ध्यान करत असताना मला असे वाटत होते की, मी अशक्त होत जात आहे. ही एक वेगळ्या प्रकारची जाणीव होती. मी माझ्या गुरुंना फोन करुन त्यांना सांगितले कि माझा मेंदू "मरण पावला आहे" त्यांनी मला सांगितले कि मला जे काही त्यांना सांगायचे आहे त्यासाठी योग्य शब्द मी वापरावे. कारण माझा मेंदू जर मेलेला असेल तर मी बोलू कशी शकेन? बऱ्याच विचाराअंती मला योग्य शब्द सापडले आणि मी ते वाक्य परत उच्चारले कि "माझा मेंदू बधीर झाला आहे."

या प्रसंगामुळे मला याची जाणीव झाली की आपण आपले आयुष्य किती बेफिकीरीने जगत असतो आणि नकळत आपण अचेतन मनाकडे चुकीचे संदेश पाठवत असतो व आपल्याला नको असलेले परिणाम भोगत असतो.

आता तुम्ही नवीन जीवनाला सुरूवात करत आहात. त्यामुळे तुम्ही तुमचे मन एखाद्या लहान निरागस मुलाप्रमाणे ठेवा व त्यामुळे खरे ज्ञान तुमच्याकडे जास्त गतीने येईल. सत्य हे फारच साधे असते. आपल्या नेहमीच्या शंकेखोर स्वभावामुळे आणि प्रश्न विचारण्याच्या सवयीमुळे आपल्या पासून ते निसटून जाते. आत्तापर्यंत जे जे तुम्ही शिकलात आणि जे तुमच्या कठोर परिक्षेला उत्तरले नाही ते तुम्ही सोडून द्यावे असा मी तुम्हाला सल्ला देते. तुमच्या विचारांमध्ये द्वंद्व असता कामा नये, जे तुम्हाला शिकवले व सांगितले आहे ते तुम्ही अनुसरा आणि सर्व गोष्टींचा तुम्हाला उलगडा होईल.

सर्जनशील तत्त्व

अखिल विश्व व त्यांच्यात सामावलेले सजीव व निर्जीव प्राणिमात्र सर्जनशील प्रज्ञेच्या अबाधित नियमाप्रमाणे चालतात. तुमचे शरीर तुमच्यातील सर्जनशील शक्तिच्या एका ठराविक लयीमध्ये स्पंदन पावत असते आणि एकदा का त्या लयीत ते चालू लागले कि जोपर्यंत आपण आपल्या मनाच्या इच्छेप्रमाणे त्या कार्यात अडथळा आणत नाही तो पर्यंत ते आपोआपच कार्य करत राहाते. ह्याच सर्जनशील प्रज्ञेमुळे प्राणिविश्व व वनस्पतिविश्व यांचे कार्य एका ठराविक लयीत आणि गतीत चालू रहाते आणि विश्वाच्या उत्पत्तीचे, संहाराचे आणि पुनर्उत्पत्तीचे रहाट गाडगे प्रदक्षिणा मार्गाने अव्याहत चालते. चंद्रसूर्य, त्यांच्या कार्याच्या मार्गापासून किंचीतही ठळणार नाहीत. जोपर्यंत मानव त्यामध्ये ढवळाढवळ करत नाही तो पर्यंत अबाधित, अविनाशी नियमाप्रमाणे सर्व घटना घडत राहातील.

ज्यावेळी तुम्ही बागेत असाल किंवा तुम्ही तशी कल्पना करा आणि तुम्ही तुमच्या सभोवार बघाल तेव्हा तुम्हाला झाडे, गवत, फुले दिसतील ज्यामध्ये सर्वत्र सर्जनशीलता असेल. ही सर्जनशील शक्ति आपल्या कार्यात केव्हाही थांबत नाही आणि तिचे कार्य ती संपूर्णपणे जाणते. कोणतीही एखादी गोष्ट घ्या. त्या गोष्टीवर मन केन्द्रित करा आणि विचार करा कि ही का आहे? आणि हिने जे केले ते तिने का केले?

कोणतीही सजीव गोष्ट घ्या. उदा. सफरचंदाचे झाड. या सफरचंदाच्या झाडाला सफरचंद कसे तयार करायचे हे माहीत असते त्याचप्रमाणे जगातील सर्व सफरचंदाच्या झाडांनाही हे माहित असते. मोती बनवणाऱ्या प्राण्याला शिंपला कसा करायचा व मोती कसा बनवायचा याचे पूर्ण ज्ञान असते. तुम्ही कृत्रिम मोती

बनवू शकाल पण नैसर्गिक मोती तुम्ही बनवू शकणार नाही. या प्रमाणे निसर्गाचे कार्य चालते, मनुष्यप्राणी हा एक असा आहे की तो दुसऱ्या मनुष्यालाच जन्म देऊ शकतो. प्रत्येक सजीवाला त्याच्यासारखा दुसरा सजीव उत्पन्न करण्याची शक्ति असते आणि अशा तऱ्हेने जीवनाचा प्रवाह पुढे सतत चालू राहातो.

आपण असा विचार करू कि सायन्स जीव तयार करू शकेल पण ते तसे अजिबात नाही. मला एक विनोद आठवला तो असा,

'परमेश्वर स्वर्गात बसला असताना एक शास्त्रज्ञ तिथे गेला व त्याला म्हणाला, "हे परमेश्वरा आता आम्हाला तुमची गरज पडणार नाही. कारण शून्यातून जीव बनवण्याची एक पद्धत आम्ही शोधून काढली आहे. दुसऱ्या शब्दात सांगायचे तर जे तुम्ही केलेत ते आम्ही करू शकतो.

"ओ' असे आहे काय? मला सांग" — परमेश्वर म्हणाला.

"बरे" शास्त्रज्ञ म्हणाला, आम्ही कचरा घेऊन त्यामधून तुमच्यासारखा पुतळा बनवू आणि त्याच्यात जीव भरू आणि अशा तऱ्हेने माणूस बनवू."

"बरे! हे तर फारच उत्सुकतापूर्णा आहे! कसे केले ते मला दाखव!"

ते ऐकून तो शास्त्रज्ञ पृथ्वीपर्यंत खाली वाकला व तो माती घेऊन त्याचा आकार बनवू लागला.

"नाही, नाही, नाही," परमेश्वर मोठ्याने ओरडला.

"तू तुझी स्वतःची माती घे."

आपण या सर्जनशील शक्तिकडे पाहिले तर तीन गोष्टी आपल्या लक्षात येतात.

पहिली : हि शक्ति बुद्धिमान आहे.

दुसरी : हि शक्ति सर्वत्र पसरलेली आहे.

तिसरी : हि शक्ति सर्वशक्तिमान आहे.

म्हणून हि सर्जनशील शक्ति अशी आहे.

सर्वज्ञ

सर्वव्यापी

सर्व शक्तिमान

हि तीनही तत्त्वे सृष्टीमध्ये ओतप्रोत भरलेली असतात आणि ती सर्व वस्तूमानांचे उगमस्थान आहेत.

प्रकरण एकोणीसावे

विचारांचे विविध प्रकार

आपल्याकडे येणारे सर्व विचार हे स्वतंत्रपणे येतात म्हणून त्यांना पाहुण्यांसारखे वागवावे आणि त्यांना 'यजमान' होऊ देऊ नये. ज्यावेळी तुम्ही एखादा विचार करता त्यावेळी त्याला जो परिणाम अपेक्षीत असतो त्यापेक्षा दुसरा परिणाम तो स्वीकारू शकत नाही. विचारांना हाताळण्याची उत्तम पद्धत म्हणजे नुसते त्यांचे निरीक्षण करावे व त्यांना तसेच जाऊ द्यावे.

मनामध्ये प्रतिमा तयार करून ज्ञानेंद्रियाद्वारे ती बघण्याच्या सवयीमुळे मला असे अनेक पुरावे मिळाले आहेत कि त्या विचारांना आपल्यामध्ये पक्के स्थान देऊ नये कि ते तेथे कायमस्वरुपी राहातील पण असे स्थान द्यावे कि ते फक्त थोड्या वेळापुरते राहातील. मी असे निरीक्षण केले आहे कि जो प्रत्येक विचार माझ्या मनांत येतो तो ताबडतोब एखादा आकार घेतो. जोपर्यंत मी त्याच्याकडे पहात नाही तोपर्यंत तो माझ्या मनात राहातो व त्याची दखल घेतल्यावर लगेचच तो माझ्या जाणीवेतून निघून जातो.

तुम्ही तुमच्यासाठी करायचा एक व्यायाम प्रकार

तुम्ही एखाद्या व्यक्तिचा, जागेचा किंवा वस्तुचा विचार करा आणि तुम्ही तुमच्या मनात बघा, क्षणार्धांत मनाने त्या गोष्टीचा आकार कसा हुबेहुब तयार केला? म्हणून एखाद्या लहानशा घरात २०-२५ माणसे आली तर जी परिस्थिती उद्‌भवेल तशीच परिस्थिती हे सर्व विचार बाहेर घालवले नाहीत तर होईल. ती माणसे दरवाजा, जाण्यायेण्याचा मार्ग, जीना आणि आजूबाजूची मोकळी जागा यामध्ये गर्दी करतील. जर तुम्ही तुमचे विचार घट्ट धरून ठेवलेत आणि त्यांना सोडले नाहीत तर बाहेर पडण्याचे मार्ग बंद होतील व असंख्य विचारांच्या गर्दीमुळे तुमची विचार क्षमता पूर्णपणे ठप्प होईल.

कल्पना करा कि हजारो प्रकारचे विचार तुमच्या मेंदूमध्ये घुसले तर तुमचे मस्तक जड होईल किंवा तीव्र डोकेदुखी तुम्ही अनुभवाल! जर अशा प्रकारची शक्ति कूजू लागली तर ज्या चक्राशी ती संबंधीत असेल त्याप्रमाणे अल्सर, ट्युमर किंवा डोक्यात नुसती विचारांची गर्दी व गोंधळ यासारखे परिणाम होतील. जर सुज्ञपणे त्यांची विल्हेवाट न लावली तर ते तुमच्या जाणीवेचाच एक भाग होईल.

जर आपण सतर्क राहिलो नाही तर सुप्तमनांत जाणारे सर्व अनावश्यक विचार अडवू शकणार नाही. बारीक सारीक गोष्टीमध्ये फरक करण्याची क्षमता नसल्यामुळे अचेतन मन म्हणजे एक मर्यादित क्षमता असणारा चालक आहे, असे मला वाटते. त्याला चांगले-वाईट, चूक-बरोबर यामधील फरक कळत नाही. परिणाम मिळवणे येवढेच त्याचे काम असते. अचेतन मनात जे जे प्रवेश करते त्याच्यावर एखाद्या पहारेकराप्रमाणे बारीक नजर ठेवणे हे चेतनमनाचे महत्त्वाचे काम असते. ह्या सगळ्यामुळेच तुमचे भविष्य बनते!

एखाद्या मातीच्या मोठ्या रांजणाप्रमाणे अचेतन मनाची कल्पना करा. तुमच्या आयुष्यात त्यात थोडेस गहू टाका. नंतर थोडे तांदूळ टाका नंतर दगडगोटे, नंतर सोने-चांदी आणि परत थोडा केरकचरा टाका आणि असे वेगळे वेगळे पदार्थ टाकण्याचे चालू ठेवा. आता या रांजणाला खाली भोक आहे अशी कल्पना करा आणि त्यात टाकलेले पदार्थ खालून तुम्हाला परत मिळण्याचा क्रम कसा बरे असेल? आणि त्या कुठल्या अवस्थेत असतील?

मी म्हटल्याप्रमाणे अचेतन मन दोन गोष्टीमध्ये फरक करू शकत नाही. ते फक्त परिणाम घडवण्याचे काम चोख करते. मी माझ्या मैत्रिणीबरोबर बोलताना मी तिला म्हणाले कि "तुझा मला अतिशय वीट आला आहे" किंवा "तू म्हणजे एक डोकेदुखी आहेस" हे विचार अचेतन मनात जाऊन बसतात आणि ठराविक वेळी त्यांचा परिणाम दिसून येतो. हे तर नक्कीच घडते! जर मी विचारांच्या शक्तिबद्दल जागृक असेन तर ताबडतोब मी केलेली माझी विधाने पुढील वाक्यांनी बदलेन. "मी तुझ्या कामाच्या पद्धतीशी सहमत नाही." किंवा "हे तुझे म्हणणे मला आव्हान असल्यासारखे वाटते" किंवा अशाच अर्थाचे काही तरी.

सचेतन मन जो विचार खरा आहे असे मानते त्याच्यावर अचेतन मन आपोआपच कुठलाही विचार किंवा निवाडा न करता ते खरे आहे असे मानते. अचेतन मनाला विचार करण्याची किंवा निर्णय घेण्याची क्षमता नसते. म्हणून सचेतन मनाला ही जबाबदारी घ्यावी लागते. परंतु अचेतन मनाला चेतन मनाने ठरवलेली कोणतीही

गोष्ट करण्याची क्षमता मात्र असते. साधकांनी एक आठवडा करावयाचा एक प्रकार असा आहे. पण तो नेहमीच्या दररोजच्या सरावाचा भाग नाही.

एक आठवडाभर तुम्ही नेहमी सकाळी उठता त्यापेक्षा थोडेसे लवकर उठा. तुम्ही ज्या माणसाचे मत आदरणीय मानता अशा एखाद्या व्यक्तिला तुम्ही भेटायला जात आहात अशी कल्पना करून त्याप्रमाणे तुम्ही तुमचा पेहराव नीटनेटका व आकर्षक करा. दुसऱ्या शब्दात सांगायचे तर तुम्ही तुमच्यातील 'मी' ला भेटणार आहात. नंतर तुम्ही खालील कृति कराः

- एका आरशासमोर उभे राहा.
- तुमच्याशीच तुमच्या डोळ्यात बघून स्मीत हास्य करा.
- पुढील संवाद तुमच्या बरोबर म्हणा तुमचे स्वतःचेच नाव घ्या 'मी संतोष सचदेवा......

मी, संतोष सचदेवा, तुझी आभारी आहे. कारण मला हे माहीत आहे कि मी जे इच्छीते ते तु करू शकतोस. मी तुझ्यावर पूर्ण विश्वास ठेवते.

(अभिनय करा व भावनेसहित म्हणा. आनंदाने हंसा आणि आनंदी रहा.)

"मी ज्या गोष्टी करण्याची इच्छा करतो त्या सर्व गोष्टी तुला करणे शक्य आहे हे मी जाणतो. त्यामुळे माझा तुझ्यावर अमर्याद असा विश्वास आहे. मला हे माहीत आहे कि तूच विश्व घडवणारा आहेस. मला त्याचा शोध लागला आहे कि मला हवे असलेले मी जे जे तुला सांगेन ते सर्व तू तुझ्यातील सर्जनशील प्रज्ञेमार्फत करू शकतील.

(तुमच्या डोळ्यात खोलवर बघा. तुम्ही जे म्हणत आहात ते सर्व खरे आहे आणि त्यावर विश्वास ठेवा. खरे! खरे! आणि खरेच! अशा तऱ्हेने अभिनय करा कि तुम्ही एखादे भव्य यश किंवा अत्यानंद किंवा तुम्हाला जे पाहिजे आहे ते जवळपास मिळवण्याच्या अगदी जवळ आहात.)

"तुम्हीच यश आहात. तुम्ही जे मिळवण्याचा प्रयत्न करत आहात ते तुम्ही मिळवणार आहात. ज्यासाठी तुम्ही एक नवीन शक्ति कि जीला अशक्य असे काहीच नाही. अशी शक्ति मिळवली आहे."

(तुम्ही उत्कट भावना तयार करा. तुमचे डोळे चमकू देत आणि तीव्र एकाग्रतेने तुम्ही डोळ्यात बघा. तुम्हाला तुमच्यातील व इतरांमधील प्रेमाची उब जाणवेल. ज्याप्रमाणे तुम्ही इच्छा कराल, मागणी कराल आणि दुसऱ्यांकडून तुम्हाला मदत मिळेल. तसेच तुम्ही दुसऱ्यांनाही मदत करण्यास तत्पर असाल, या उद्देशाने सुरू करा. दयाळू व्हा आणि लोकांशी हसा आणि नंतर बघा, तुम्हाला आश्चर्य वाटेल कि तुम्हाला मिळणारा प्रतिसाद हा तुमच्या मनातील इच्छेप्रमाणेच तंतोतंत जुळणारा असेल.)

म्हणून वरील प्रमाणे खात्रीपूर्वक म्हणण्यामुळे तुम्ही तुम्हाला एका महत्त्वाच्या जागेवर नेत आहात. तुमच्या अचेतन मनावर तुमच्या इच्छेचा ठसा उमटवत आहात. ज्यामुळे तुम्हाला शक्ति, बळ व नेतृत्त्व मिळेल. अचेतन मनावर तुमच्या विचारांचा प्रभाव पाडणे सहज शक्य आहे. कारण जे काही त्याला तुम्ही सांगाल त्यावर ते ताबडतोब विश्वास ठेवते कारण त्याला विचार करण्याची क्षमता नसते.

तुम्ही त्या विचारांना दिवसातून बरेच वेळा सारखे उच्चारले पाहिजे. म्हणजे ते तुमच्या विचारांच्या पद्धतीचाच एक भाग होऊन त्यांची सकारात्मक स्पंदने तुमच्यासाठी तयार होतील. याच्या नेहमीच्या सरावामुळे तुम्ही जे काही म्हणता त्याबद्दल सतर्क होता आणि जागृतपणे तुम्ही तुमच्या अनुभवांचे नूतनीकरण करून एक नवीन 'तुम्ही' निर्माण करता.

प्रकरण विसावे

उर्जा – वहनातील अडथळे आणि अस्वस्थता

'मी कोण आहे ?' याचा शोध घेताना मानवाच्या संपूर्ण स्थितीबद्दल मला अगदी पूर्ण ज्ञान झाले. आपला सध्या असलेला शरीराचा दृष्य आकार हा आपल्या विचारांचाच परिणाम आहे. एकदा याची जाणीव झाली आणि त्यामागचे रहस्य उलगडले कि आपण कसे असावे आणि पुढे कसे होऊ हे अचूकपणे समजण्यासाठी आपल्याला फक्त तशी कल्पना करावी लागेल. आपणच आपल्याला घडवले पाहिजे. आता सुद्धा निर्माण करण्याचे नियम आपण पाळतो पण ते आपण नकळत करतो. आपल्या विचारांना एक ठराविक दिशा नाही. आपल्या जीवनाला ज्याचा काहीच उपयोग नाही अशा असंबद्ध असंख्य विचारांचा प्रवाह येतो व जातो. त्या विचारांना आपण एकत्र करतो आणि निरोपयोगी वस्तुंप्रमाणे साठवतो आणि अशा तऱ्हेने विचाराच्या प्रवाहात अडथळे तयार करून विचारांचा प्रवाह खंडीत करतो आणि त्या विचारांमध्ये वाहाणारी उर्जा थांबते आणि कानाकोपऱ्यातून जेथे वाट मिळेल तेथून वहाण्याचा मार्ग शोधते, त्याचा परिणाम म्हणून अपण नेहमीचे सर्वसाधारण आयुष्य जगतो. असंबद्ध विचारांच्या प्रवाहाला नियंत्रित करण्यासाठी सचेतन मनाला एक नियंत्रक म्हणून आपण नेमले पाहिजे.

अनारोग्यतेच्या आधीची अस्वस्थता, तिची उत्पत्ती व प्रकटीकरण कसे होते

अस्वस्थता आणि अनारोग्यता केव्हा उत्पन्न होते ? आपण एखाद्या वेळी सुखावह स्थितीत नसतो, जेव्हा आपण वैतागलेले असतो किंवा द्वेष, नापसंती, दुःख, लोभ, सूड, संताप वगैरे पैकी एखाद्या नकारात्मक विचारामुळे उद्विग्न झालेले असतो त्यावेळी ही अस्वस्थता व अनारोग्यता जाणवते, जर ह्या नकारात्मक भावना आपण वेळीच काढून टाकल्या नाहीत तर आपल्या शरीर-बुद्धिमध्ये घर करून राहातात व पक्क्या होऊ लागल्यामुळे आपण अस्वस्थ होतो आणि त्याचा परिणाम म्हणून शरीरात रोगाची लक्षणे दिसू लागतात.

पहिल्या प्रथम ती नकारात्मक भावना (एखाद्या काळ्या रंगाच्या अर्धवट घट्ट चिकट अशा प्रकारच्या पदार्थांत रुपांतरीत होते) सूक्ष्म शरीराच्या कक्षेमध्ये प्राणशक्तिच्या अनिर्बंध प्रवाहामध्ये अडथळा तयार करते. स्वभावांत होणारे बदल, शारीरिक, मानसिक व भावनिक या तीनही पातळ्यांमध्ये असंतुलन तयार होण्यावरुन हे अनुभवास येते. जर एखादी व्यक्ति 'व्यक्तिमत्त्व विकास' या सारखा अभ्यास करत असेल तर ध्यान आणि स्वतःच्या स्वभावाचे विश्लेषण यांच्या सहाय्याने अडथळ्यांमध्ये रुपांतरीत झालेली नकारात्मक भावना नाहिशी करू शकते. अशा तऱ्हेने सतर्क राहून आपण अध्यात्मिक प्रगतिकडे वाटचाल करू शकतो आणि साठलेल्या भावना पक्क्या होण्यापासून आणि सूक्ष्म शरीरात प्राण शक्तिच्या प्रवाहात अडथळे निर्माण होण्यापासून वाचू शकतो. या अडथळ्यांमुळे संबंधित इंद्रियाना योग्य प्रमाणात रक्त प्रवाह होत नाही आणि त्यामुळे आजार होण्याचा संभव असतो.

"आपल्या जीवनाचे आपण स्वामी आहोत आणि आपल्या मृत्युचे लेखकही आपणच आहोत" असे म्हणतात. आपण आनंदी जीवन जगू शकू आणि असंबद्ध विचारांमध्ये न अडकता संतुलीत जीवन आपल्या नेहमीच्या शारीरिक अवस्थेत कुठलाही अकस्मात् बदल न करता आपण जीवनात संथपणे पुढे जाऊ शकतो. शांत, थंड राहा आणि कोठल्याही बाबतीत निवाडा करण्यासाठी न जाता, कोठलीही तक्रार किंवा एखाद्या बाबतीत प्रतिक्रिया जाहिर करू नका. जर तुम्ही हे साधे नियम पाळलेत तर तुम्ही जागृत आहात, लक्षात ठेवा कि 'दुसरा' या बद्दल आपल्याला काहीच देणे घेणे नसते. आपण प्रत्येक जण आपली स्वतःची कथा तयार करतो. त्यासाठी आपण आपली स्वतःची पात्रे निवडतो आणि त्यांना आपल्या मनाप्रमाणे योग्य असे काम देतो आणि आपली प्रगति होण्यासाठी व आपल्या कर्माप्रमाणे योग्य मदत ती करतील असे आपण समजतो. म्हणून उत्तेजन आणि एकमेकावर होणारी मानवी प्रतिक्रिया यामध्ये नेहमीच विरोध असतो कारण या दोन्ही गोष्टी आधीच ठरलेल्या मताप्रमाणे त्याच्या / तिच्या मनाप्रमाणे वेगवेगळे परिणाम करत असतात. म्हणून जागे व्हा आणि वर्तमानात या. आणि पूर्वी मनात ठरलेल्या जुन्या माहीती प्रमाणे वागू नका. तुमच्या या स्थितीतून बाहेर या. कारण त्यामुळे तुमची प्रगति खुंटते. काळजीपूर्वक आणि सतर्क राहाण्याची सवय करा. जी परिस्थिती आहे त्याला तोंड द्या आणि त्या परिस्थितीचा प्रतिकार करू नका. काही काळानंतर ह्या तऱ्हेची सतर्कता आपोआपच तुमच्यात येईल आणि हि परिस्थिती तुम्हाला सामान्य वाटेल.

प्रकरण एकविसावे

ध्यानाची पूर्व तयारी

स्पष्टीकरण

हे आपण जाणतो की सर्जनशील तत्त्व सर्व चराचरांमध्ये भरून राहिले आहे. ते सर्वज्ञ, सर्वव्यापी आणि सर्वशक्तीमान आहे. जीवनात अशी कोणतीही गोष्ट नाही कि ज्यामध्ये हे सर्जनशील तत्त्व अस्तीत्वात नाही आणि ते सर्व सृष्टिचे उगमस्थान आहे. या तत्त्वाचे ज्ञान तुम्हाला होऊ दे आणि तुमच्या जीवनाचा खरा आनंद व अर्थ तुम्हाला समजू दे. तुम्हाला तुमची कल्पनाशक्ति जाणवते का? नसेल, तर आनंदी राहा, तुम्हाला तो परमेश्वर दिसेल. ज्याप्रमाणे तुम्ही त्याला सतत बघता (ज्याला स्वर्ग म्हणतात अशा सर्वात उंच जागेवर एक व्यक्ति म्हणून किंवा दुसऱ्या कोणत्याही रुपांत राहाणारा) ते म्हणजे सर्वत्र समप्रमाणात आणि सर्वत्र जाणवणारे हे सर्जनशील तत्त्व होय. तुम्हाला मिळालेले ज्ञान तुम्हाला कसे मिळाले हे तुमच्या उपजत बुद्धिवर आणि तुमच्या विचारांच्या तीव्रतेवर अवलंबून असते. आता आपल्याला हे समजले आहे कि हे तत्त्व व तो परमेश्वर ह्या दोन भिन्न गोष्टी नाहीत. आपणास हेही माहित झाले आहे कि त्यांनी उत्पन्न केलेला मानव आणि उत्पन्न करणारा तो हे ही भिन्न नाहीत. "परमेश्वर मानवात आहे आणि मानव परमेश्वरात."

खालील वाक्ये भावनेसहीत मोठ्याने म्हणा. पाठ करा, आणि ध्यानाच्या बोधवचनांमध्ये ती समाविष्ट करा.

आठ प्रार्थना

"हे परमेश्वरा, आपण अखिल सृष्टीचे जीवन व आधार आहात, आपण जीवनाहूनही परम आहात आपण माझे मस्तक शुद्ध करा.

आपण सर्व दुःखापासून मुक्त आहात. आपल्याशी युक्त होताच मी माझ्या सर्व दुःखापासून मुक्त होतो. आपण माझे नेत्र शुद्ध करा.

आपण अखिल सृष्टीला व्यापून तिचे नियंत्रण करणारे आहात, आपण माझा कंठ शुद्ध करा.

आपण सर्वज्ञ आहात. आपण माझे हृदय शुद्ध करा.

आपण या सृष्टिचे आदिकारण आहात. माझे पूर्ण शरीर शुद्ध करा.

आपण अखिल सृष्टिचे आधार आहात. माझे चरण शुद्ध करा.

आपण संपूर्ण सत्य आहात. आपण पुन्हा माझे मस्तक शुद्ध करा.

आपण सर्वव्यापक आहात. आपण माझे संपूर्ण व्यक्तित्व शुद्ध करा."

आठ प्रार्थनांचा मतितार्थ / स्पष्टीकरण

"हे परमेश्वरा, आपण अखिल सृष्टीचे जीवन व आधार आहात, आपण जीवनाहूनही परम आहात आपण माझे मस्तक शुद्ध करा."

जीवनापेक्षा श्रेष्ठ असे काय आहे ? जीवनाची आणि जगाची आधार असलेली, ज्यामधून जग उत्पन्न होते आणि सर्वांचा शेवट ज्यामध्ये होतो अशी अदृष्य शक्ति जीवनापेक्षा श्रेष्ठ आहे. "माझे मस्तक शुद्ध करा" कारण मस्तकाच्या आत जे आहे ज्यामुळे वैश्वीक मनातून येणारे विचार व कल्पना शोषून घेऊन आणि प्रत्येकाच्या बुद्धिप्रमाणे त्यांचे विश्लेषण करुन ते परत बाहेर पाठवले जातात. तोंडाने मोठ्याने म्हणा आणि परमेश्वराकडे तुमचे मस्तक शुद्ध करण्यासाठी प्रार्थना करा. कारण मस्तक हे माहितीचे केन्द्र असल्यामुळे विश्वाचे आणि विश्वातील घटनांचे खरे ज्ञान तुम्हाला होईल.

"आपण सर्व दुःखापासून मुक्त आहात. आपल्याशी युक्त होताच मी माझ्या सर्व दुःखापासून मुक्त होतो. आपण माझे नेत्र शुद्ध करा."

कल्पना एकत्रित जमा झाल्यामुळे तुमचे मन तयार झाले आहे. तुम्ही याचा

कधी विचार केला आहे का की ह्या कल्पना कोठून येतात? बऱ्याचशा कल्पना ह्या तुमच्या मनांत डोळ्यामार्फत येतात आणि त्या भ्रामक असतात पण तुम्ही त्यांच्यावर विश्वास ठेवता. बऱ्याच वेळा बहुतांश लोक ते ज्या गोष्टी पहातात त्या नुसत्या पहात नाहीत तर त्यांच्या मनातील अनुभवाप्रमाणे त्या बघतात. तुमच्या मनात ज्या व्यक्तिबद्दल निस्सीम आदर आहे अशा व्यक्तिने एखाद्या स्त्रीला रस्ता ओलांडताना जवळ घेतल्याचे तुम्ही पाहिलेत तर तुमचे मन त्याबद्दलचे मत लगेचच तयार करुन मनात साठवून ठेवते. तुम्ही त्यावेळी उद्भवलेल्या परिस्थितीचा विचार करत नाही. एखाद वेळी ती स्त्री आजारी असेल, किंवा तिच्या पायाला काही इजा झाली असेल. आपण प्रार्थना केली पाहिजे कि फक्त सत्य असलेली माहीतीच आपल्या मनात साठेल ज्यायोगे आपले मन वैश्वीक मनाशी मिळते जुळते व सुसंगत राहिल आणि आंतरिक दृष्टीने अध्यात्मिक पातळीवर आपण ती माहिती समजू शकू.

"आपण अखिल सृष्टीला व्यापून तिचे नियंत्रण करणारे आहात, आपण माझा कंठ शुद्ध करा."

माझा कंठच का? शब्द हा वैश्वीक ध्वनी आहे. तुमचा शब्द ही तुमची शक्ति आहे. तरीपण शब्दाच्या शक्तिपेक्षा ही काहीतरी जास्त शक्तिशाली आहे आणि ते म्हणजे 'शांतता' आपण त्या शांततेप्रत पोहचू शकतो. ज्यावेळी आपण शब्द व त्याचा योग्य उपयोग करणे जाणतो. विश्वातील कुठल्याही सजीव गोष्टीचा आवाज हा एकाच आवाजापासून उत्पन्न होतो – यालाच "परमेश्वराचा शब्द" किंवा काहीजण "आद्यस्पंद" म्हणतात.

'आवाजाचा प्रभाव' हा आपल्या मनावर जाणवणाऱ्या इतर कुठल्याही संवेदनापेक्षा जास्त प्रभावी आहे आणि निःशब्द शांततेत पोहचण्याचा मार्ग हा ह्या आवाजातूनच आहे. तुमचा आवाज तुमच्या कंठातून येतो व तुमच्या कंठातून जे शब्द बाहेर पडतात ते तुम्हाला ज्ञात असलेल्या सत्याला धरून आहेत किंवा नाहीत हे निवडण्याचे स्वातंत्र्य तुम्हाला आहे. तुम्हाला माझा असा सल्ला आहे कि निरर्थक बोलण्यात तुम्ही तुमचे श्रम फुकट घालवू नका. माझ्या गुरुंनी मला सांगितल्याप्रमाणे बोलण्यावर ताबा ठेवणे हेच शहाणपणाचे आहे. तुम्हाला जे माहीत आहे ते तुम्ही तुमच्या जवळच ठेवा. त्यामुळे तुमच्यामध्ये अधिकाधिक शक्ति उत्पन्न होईल. त्याचा उपयोग तुम्ही फक्त अशा ठिकाणी व अशा वेळी करा कि तुमची अशी खात्री असेल कि तुमच्या बोलण्यामुळे ऐकणाऱ्याचा काहीतरी फायदा होईल. कदाचित

याचा अर्थ तुम्हाला आत्ता लक्षांत येणार नाही पण विश्वास ठेवा कि कालांतराने तुम्हाला हे समजेल. तोपर्यंत फक्त खरच काही बोलण्यासारखे तुमच्याकडे असेल त्यावेळीच फक्त तुम्ही बोला – दुसऱ्यांची निंदा, नालस्ती, उणीदुणी काढणे किंवा वायफळ बडबड करू नका.

"आपण सर्वज्ञ आहात. आपण माझे हृदय शुद्ध करा."

आपल्या शारीरिक पातळीवर आपण हे समजू शकतो कि आपणास पूर्ण शारीरिक आनंदाचा उपभोग घेण्यासाठी आपले हृदय शुद्ध असले पाहिजे. पण या ठिकाणी यातील अर्थ अधिक खोल आहे. जाणीवेचा पाया म्हणजे हृदय होय. हृदयावर तुमच्या जीवनाचा अविष्कार आधारलेला आहे त्याचा संबंध तुम्ही प्रस्थापित केलात की तुम्ही हुशार पण दयाळू, व्यावहारिक पण स्वयंप्रेरीत, साहसी पण काळजी घेणारे, जबाबदार पण संवेदनशील असे जीवन जगू शकता, याचा अर्थ असा कि प्रत्येक कल्पना, संवेदना, विचार व क्रिया या सर्व गोष्टी संतुलीत प्रमाणात तुमच्या जीवनात प्रकट होतील. अशा योग्य जाणीवा प्राप्त होण्यासाठी शारीरिक, मानसिक व अध्यात्मिक पातळ्यांवर तुम्ही शुद्ध असणे आवश्यक आहे. या अशा जाणीवा प्राप्त होण्यासाठी प्रयत्न व वेळ यांची जरुरी असते.

ऋषींनी एक अद्‌भुत अशी कथा सांगितली आहे. सर्वांचा असा विश्वास होता कि प्रत्येक माणूस हा परमेश्वर आहे आणि म्हणून माणसाने दैवी शक्तिचा दुरुपयोग केला त्यामुळे परमेश्वरानी ती दैवी शक्ति काढून घेतली आणि ती शक्ति लपवून ठेवली. माणसाची बुद्धि, त्याची कुवत, थाटमाट व ऐश्वर्य अशा एका जागी लपवले कि जेथे त्याचा शोध घेण्याचा कमीत कमी प्रयत्न होईल आणि ती जागा म्हणजे "अध्यात्मिक हृदय" ही होय.

या सर्व पाठामधून "अध्यात्मिक हृदयाला" जास्त महत्त्व दिलेले आहे. ज्यावेळी ऋषी ध्यानाच्या उच्च अवस्थेत पोहचले त्यावेळी त्यांनी काय पाहिले – तर आंगठ्याच्या आकाराऐवढी एक ज्योत "अंगुष्ठ आत्मा" त्यांच्या हृदयाच्या उजव्या बाजूला पाहिली. हा फारच उच्च दर्जाचा अनुभव आहे. ज्यावेळी मनुष्य विश्वाशी एकरुप होतो व त्याच्या चेहऱ्याभोवती प्रकाशाचे एक वलय तयार होते. या अनुभवानंतर जर एखादा साधक शुद्ध व संतुलीत जीवन जगत असेल तर हे प्रकाशवलय त्याच्या चेहऱ्याभोवती नेहमीच दिसते. जो प्रकाश आपण ऋषींच्या शरीराभोवती पहातो तो म्हणजे परमेश्वराशी

एकरुप झाल्याचे प्रतीक आहे. जीवनाचे खरे प्रकटीकरण सर्वस्वी हृदयाच्या शुद्धतेवर अवलंबून असते. याचा अर्थ असा होतो कि तुमच्या जीवनाची प्रत्येक कल्पना, संवदेना, प्रत्येक कृति आणि प्रकटीकरण हे सर्व संतुलीत असले पाहिजे.

"आपण या सृष्टिचे आदिकारण आहात. माझे पूर्ण शरीर शुद्ध करा."

आपले शरीर हे शारीरिक, मानसिक व अध्यात्मिक अशा तीन गोष्टींचे बनलेले आहे. तुमचे मन हे वैश्विक मनापासून निघणाऱ्या कल्पनांचे बनलेले आहे. तुम्हाला हे माहीत आहे कि प्रत्येक सजीव वस्तु ही श्वासाशी निगडीत आहे. त्याचप्रमाणे प्रत्येक सजीव गोष्ट विचारांशीही जोडलेली असते. शारीरिक आरोग्य, आनंद आणि आदर यांचा वारंवार उच्चार करा. 'आनंद, आभार, आदर' हा जीवनाचा कधीही नाश न पावणारा अमर असा त्रिकोण आहे.

"आपण अखिल सृष्टिचे आधार आहात. माझे चरण शुद्ध करा."

तुमचे पाय तुमच्या शरीराचे अत्यंत महत्वाचे अंग आहे. आपण पायाशिवाय कोठेही जाऊ शकणार नाही. पण अध्यात्मिक दृष्ट्या तुमचे पाय हे ज्या पृथ्वीवर तुम्ही उभे आहात त्या पृथ्वीच्या आणि तुमच्या मधील महत्त्वाचा एक दुवा आहे. ज्या पृथ्वीवर तुम्ही उभे आहात त्या पृथ्वीमधील चुंबकत्व तुमच्या पायामार्फत तुमच्या शरीरात येते.

"आपण संपूर्ण सत्य आहात. आपण पुन्हा माझे मस्तक शुद्ध करा."

तुमची जाणीव तुमच्या मस्तकामार्फत तुम्हाला प्राप्त होते. ही जाणीव योग्य असो! हा अभ्यासक्रम अशा एका तऱ्हेने रचला आहे कि मानवाच्या जाणीवेतर साठलेली जळमटे झटकून आपल्या संकुचित मनातील रूढीच्या बेड्या तोडून टाकून धैर्याने व काळजीने त्याच्या सत्य स्वरुपाचा शोध आपण घेऊ शकतो.

"आपण सर्वव्यापक आहात. आपण माझे संपूर्ण व्यक्तित्व शुद्ध करा."

तुम्ही तुमचा सराव चिकाटीने करत असाल तर 'तुमचे अध्यात्मिक श्वसन' आणि त्याची बोधवचने यामध्ये सांगितलेले विचार तुम्हाला समजतील व तुम्ही त्याचा अनुभव घेऊ शकाल.

विज्ञानाच्या शोधाप्रमाणे "बिग बँग" (प्रचंड स्फोट) ने विश्वाची उत्पत्ती झाली. त्यानंतर सर्व तऱ्हेचे जीव उत्पन्न झाले. उदा. एकपेशीय, अनेक पेशीय, सरपटणारे

प्राणी, पक्षी, सस्तन प्राणी व मनुष्यप्राणी. उत्क्रांतीच्या क्रियेमध्ये सर्व गोष्टी दैवी उद्देशासाठी उत्पन्न केल्या गेल्या.

"माझे सर्व व्यक्तित्व शुद्ध करा" याचा अर्थ असा कि संतुलन साधण्याचे दृष्टीने मनुष्यप्राणी म्हणून तुमच्याकडून काय अपेक्षित आहे. "तुमचे स्वतःचे अध्यात्मिक श्वसन" याच्या बोधवचनामध्ये दिल्याप्रमाणे तुम्ही त्या विश्वाचे एक भाग बनता आणि तुमच्या प्रेमाच्या स्पंदनाने पेशीय जीवापासून अतीसूक्ष्म जीवापर्यंतचे सर्व सजीव व्यापले जातात व तुमच्या पर्यंत परावर्तित होऊन येतात आणि तुम्ही त्यांच्यात विरघळून जाता व तुम्हीच विश्व स्वरुप होता आणि तुम्ही पूर्ण आनंदाच्या स्थितीत लिन होऊन जाता.

श्वसनाच्या सरावामुळे दैवी उद्देशासाठी जन्म पावलेल्या त्या व्यक्तित्वाचे जडत्व जाऊन सूक्ष्म शरीर प्रसरण पावू लागेल आणि तुमची कल्पनाशक्ति व जाणीव जेथपर्यंत जाऊ शकेल तीथपर्यंत हे होईल. "तुमचे अध्यात्मिक श्वसन" या श्वसन प्रकाराच्या बोधवचनात दिल्याप्रमाणे तुम्ही प्रसरण पाऊन सर्व प्राणीमात्रांना आणि तुमच्या संपर्कात येणाऱ्या सर्व वस्तूंना व्यापून टाकून तुम्ही "विश्वाशी" एकरूप होऊन जाल. ज्यावेळी ही स्थिती तुम्ही अनुभवाल त्यावेळी "कोऽहम्, कोऽहम्'?" किंवा "मी कोण आहे" याचा उलगडा तुम्हाला होईल. तसेच तुम्हाला "सोऽहम" किंवा "तो मीच आहे" ह्याचे प्रत्यंतर येईल व ध्यानामधील त्या अवस्थेमध्ये तुम्ही परमेश्वराशी एकरूप होऊन जाल.

दैवी शक्तिबद्दल उत्कट इच्छा आणि तळमळ यामुळे वरील स्थिती प्राप्त होऊ शकते. एकदा का या स्थितीपर्यंत तुम्ही पोहचलात कि तुमच्यातील परमेश्वरच तुम्हाला मार्गदर्शन करेल जर अधिकार वाणीने सांगितलेल्या मताप्रमाणे तुम्ही सराव केलात तरच "मूळ स्त्रोत" तुम्हाला हळूहळू रहस्य उलगडून सांगेल.

प्रकरण बाविसावे

ध्यान

ध्यानाच्या मदतीने वेगळ्या विश्वात प्रवेश करू शकता. अध्यात्मिक जागृति प्राप्त करण्यासाठी ध्यानाशिवाय दुसरा कोणताही मार्ग नाही. कुंडलिनी शक्तिच्या मदतीने अध्यात्मिक जागृति होत असल्याबद्दलचे अनेक अनुभव तुम्हाला येतील.

– स्वामी राम

जेव्हा एखादी व्यक्ति ध्यान करण्यासाठी बसते तेव्हा श्वासावर लक्ष ठेवण्याचा सल्ला दिला जातो. Eckhart Tolle यांच्या शब्दात खालील प्रमाणे ते सांगतात.

"खरे म्हणजे श्वासाला कोणताही आकार नसतो हे एक महत्वाचे कारण आहे कि ज्यामुळे श्वासावर लक्ष केन्द्रित करणे हा तुमच्या जीवनात जागृति निर्माण करण्यासाठी सर्वांत परिणामकारक असा उपाय आहे....श्वासाच्या शक्तिच्या जाणीवेमुळे, तुम्ही सध्याच्या स्थितीत पोहचलेले आहात, आणि तीच जाणीव सर्व आंतरिक बदलाची गुरुकिल्ली आहे."

आठ अध्यात्मिक श्वसन प्रकार

ज्यावेळी तुम्ही ध्यानासाठी बसता व तुम्हाला तुमच्या श्वासावर लक्ष केन्द्रित करा आणि शिथील बसा असे सांगितले जाते ते अशक्य असल्यासारखे वाटते. अंतर्मनात येवढे द्वंद्व चालू असताना तुम्ही शिथील कसे राहू शकाल? त्या नेमक्या क्षणी सर्व बाजूंनी विचार तुमच्या मनाकडे एकत्रितपणे येतात. पण नंतर शिथीलपणाची स्थिती अशा वेळी एखादा कशी काय अनुभवू शकेल? मुळातच ध्यानामध्ये कोणतीही क्रिया अपेक्षित नसते. ध्यान नेहमीच निष्क्रिय असते व 'निष्क्रिय' ही अवस्था बनण्यासाठी तुम्हाला काही ना काही करावे लागते. म्हणून ध्यानाच्या दोन पायऱ्या आहेत, म्हणजे सक्रियेतून निष्क्रियता.

ध्यानाची बोधवचने तुम्हाला दिली आहेत कारण तुमचे मन तुम्हाला विस्कळीत विचारांच्या वर्चस्वाखाली न जाऊ देता ठराविक व उपयुक्त विचारांकडे वळवेल व तुमचे मन निरव अशा शांततेत स्थिर होईल. या अवस्थेत तुम्ही निष्क्रिय झाल्यामुळे 'ध्यान' लागते. अशा वेळी 'ध्यान' असते आणि 'तुम्ही' नसता. जरी तुमच्या भोवती काहीही घडामोडी चालू असल्या तरी तुमच्यात शांतता प्रस्थापित झालेली असेल. या शांततेतूनच कल्पकता उत्पन्न होईल.

आपल्या जीवनात असे घडते कि आव्हान हे नेहमीच नवीन असते पण आपण त्याला दिलेला प्रतिसाद जुनाच असतो कारण तो भूतकाळाच्या अनुभवावर आधारीत असतो. म्हणजे आपल्या वाडवडिलांनी आपल्याला सांगितलेल्या रूढी व परंपरा या प्रमाणे येणारा अनुभव सर्वस्वी वेगळा असतो. ज्यावेळी आपले मन जुन्या आठवणीत गुरफटलेले नसते, अशावेळीच एखादा नवीन विचार उत्स्फूर्तपणे आपल्या मनात येतो.

आठ श्वसन प्रकार आणि त्यांची बोधवचने यांचा सराव केल्यावर डोक्याखाली उशी न घेता जमिनीवर झोपावे. तुमचा उजवा हात डाव्या हातावर ठेवून मणीपूर चक्रावर (नाभीवर) ठेवावे. उजवा पाय डाव्या पायावर ठेवून डोळे अलगद मिटून घ्यावे. श्वास संथ गतीने व लयबद्धपणाने घ्यावा. तुम्ही तुमच्या श्वासावर लक्ष केन्द्रित करा. यामुळे तुम्हाला पूर्णपणे स्वस्थपणा व शिथीलता जाणवेल.

ध्यानाची बोधवचने व (पुढच्या पाठात दिलेली) नकारात्मक बोधवचने मनात म्हणा. जर तुम्ही ती पाठ केली नसाल तर तुमच्या आवाजात ती रेकॉर्ड करून, डोळे मिटून ऐका.

या क्रियेमुळे तुमच्या स्मरणात असलेली कार्मिक माहिती आपोआपच कमी होण्यास मदत होईल.

तुम्ही, जे काही उलगडेल ते, त्याच्यामध्ये गुरफटून न जाता निरपेक्षपणे बघत राहा आणि मी निरोगी आहे, मी बलवान आहे, मी तरुण आहे व मी सुंदर आहे असे म्हणत राहा.

याप्रमाणे साधारणपणे काही महिने याचा सराव करा. तुम्हाला याची जाणीव होऊ लागेल कि साठवून ठेवलेल्या आठवणी उफाळून वर येत आहेत. नुसते जे काय घडते आहे त्याकडे बघत राहा. ज्यावेळी तुम्ही अशा स्थितीत याल कि कोणतीही आठवण येत नाही त्यावेळी तुम्ही तुमच्या हाताची स्थिती बदलून ते छातीवर ठेवा म्हणजे अनाहत चक्रावर ठेवा.

ज्यामध्ये सर्व ज्ञान सामावलेले आहे, ज्यामध्ये तुमच्या शरीरात तारुण्य प्रकट होते अशा अगाध प्रज्ञेचे आभार माना.

प्रकरण तेविसावे

ध्यानाची सकारात्मक व नकारात्मक बोधवचने

"वैश्वीक कालचक्रामध्ये ईश्वर, परमेश्वर, स्वामी हे दैवी कर्माप्रमाणे कृत्ये करण्यास भाग पाडतात. सर्व मानवप्राणी कुंभाराच्या चाकावर बसल्याप्रमाणे फिरत राहातात. नशीब किंवा दैव हे नियंत्रिक नसून, तो स्वामीच याचा नियंत्रक असतो."

– भगवद्गीता – स्वामी चिन्मयानंद यांचे
श्री शंकराचार्यांच्या दक्षिणामूर्ति स्तोत्रावरचे भाष्य

पाठ करा आणि म्हणा

- मानवाला साध्य असलेल्या सर्वात उच्च विद्येचा मी अभ्यास करत आहे. मी माझ्या जन्माचे रहस्य शिकत आहे.
- ह्या विश्वाचे गूढ माझ्या असण्यावरच अवलंबून आहे. आता मी ते सोडवत आहे.
- मनुष्याचा मृत्यु का होतो, तो का जन्मतो व का जगतो हे मी शिकत आहे.
- मनुष्य यश का मिळवतो आणि तो अपयशी का ठरतो, तो आनंदी का होतो व असंतुष्ट का होतो हे मी समजण्याचा प्रयत्न करतो, मला इच्छा असेल तितकी वर्षे जगण्याची व मला जे काही अपेक्षित आहे ते सर्व मिळवण्याची

शक्ति व क्षमता माझ्यात आहे. मी जे मिळवण्याचे इच्छीतो ते मी मिळवणारच आणि त्यासाठी माझ्या मनाचे दरवाजे मी सतत उघडे ठेवतो आणि ते कसे मिळवायचे हे मी शिकत आहे.

- आता मी समजतो कि मनुष्य हा त्याच्या जीवनाचा स्वामी आहे आणि त्याच्या मृत्युचा लेखकही तोच आहे. आता मला जाणवले आहे कि मृत्यु हा जीवनाचा नियम नाही ती एक मानसिक कल्पना आहे आणि तो निसर्गाचा नियम नाही.
- आता मला कळले आहे कि सर्व नकारात्मक विचार हे मानसिक समज आहेत आणि तो जीवनाचा नियम नाही.
- मी आता हे जाणतो कि सृष्टीमध्ये उत्पत्तीचा एकमेव नियम आहे.
- आता मी माझ्या स्वतःच्या आयुष्यात शक्ति आणि क्षमता यांचा विकास करत आहे. कारण मला हे समजले आहे की सर्वंकष यश, आनंद व शांतता ह्या गोष्टी फक्त या दैवी तत्त्वातच एकवटलेल्या आहेत.
- **आणि आता या अद्भुत सत्याचे ज्ञान मला करुन दिल्याबद्दल माझ्या मधील त्या दिव्य तत्त्वाचे मी आभार मानतो.**

नकारात्मक बोधवचने

- मृत्यु हा जीवनाचा नियम नाही. मनुष्याला नाश, आजारपण किंवा म्हातारपण नसते – वृद्धत्व अस्तित्त्वात नाही – नाश अस्तित्त्वात नाही – मृत्यु अस्तित्वात नाही.
- मला नाश व वृद्धत्व नाही – मी आता मुक्त आहे – मुक्त – मी चिरकाल मुक्त आहे.

बोधवचने

- उत्पत्तीचा नियम म्हणजे जीवन, मी जीवन आहे – तेजस्वी, आश्चर्यकारक, धाडसी जीवन, मी तरुण आहे. मी सुंदर आहे, शक्ति, बळ यांनी युक्त, मी मुक्त आहे. मुक्त जीवन, जीवन. जीवन मी आहे – शाश्वत, अमर्याद, नेहमी अस्तित्वात असणारे – कधीही न संपणारे, आश्चर्यकारक जीवन – मी मुक्त आहे – मुक्त मुक्त!
- मी माझ्या जीवनाचा स्वामी आहे – मी जे इच्छीतो ते मी करणारच – मी आनंदी आहे! मला पूर्वी असे कधीही वाटले नव्हते – पण आता मी हे जाण-

तो. मला आता हे माझ्या अस्तित्वांची सर्व शक्तिने जाणवते की मी माझ्या जीवनाचा स्वामी आहे आणि आता मी सर्वार्थाने ते जगण्याची सुरूवात करणार.

- मी आता माझ्या कल्पनाशक्तीने सर्जनशील प्रज्ञेचा विकास करत आहे. मी सर्जनशील प्रज्ञेचा स्त्रोत आहे. सर्जनशील प्रज्ञा माझ्या मनाचा प्रकाश आहे. मी सर्व नकारात्मक गोष्टीपासून मुक्त आहे.
- मी पूर्ण आहे. मी सर्व आहे. मी शक्तिशाली आहे. मी बलवान आहे. मी प्रेमळ आहे. मी सुसंगत आहे. मी श्रीमंत आहे. मी तरुण आहे. मी आनंदी आहे.
- तो परमेश्वर या येथेच आहे, या येथे माझ्या हृदयात आहे, अगदी या येथे माझ्या मनात आहे. या येथे अगदी माझ्या शरीरात आहे. माझ्या पूर्ण अस्तित्वात आहे. ज्यामध्ये मी राहातो व जगतो. या... मी थांबतो... मी ऐकतो आहे... मी स्तब्ध आहे... मी माझ्यात अंतर्मनात बघतो आहे... या.
- आता येथून पुढे आणि अनंतकाळपर्यंत मी माझ्यातील सर्जनशील शक्ति, जी इतर सर्व जीवनाच्या गोष्टींपासून निराळी आहे. मी पूर्ण आरोग्य, सौंदर्य आणि शक्ति यामध्ये प्रकट होतो. मी अमर आहे... मी अभेद्य आहे... मी ताजातवाना आहे.
- मी ते दृष्य स्वरुपातील सर्जनशील तत्त्व आहे... मी अमर आहे... मी अमरत्त्व आहे – आता मी अमरत्त्वात आहे – अगदी येथे आता मी अमर जीवन आहे – अमर जीवन मी आहे.
- हे परमेश्वरा ! तुम्ही या विश्वाचा आधार आहात तुम्ही जीवन आहात जीवनापेक्षा प्रेमळ आहात – माझे मस्तक शुद्ध करा.
- तुम्ही सर्व दुःखापासून मुक्त आहात. तुमच्या संपर्कात येताच मी सर्व त्रासापासून मुक्त झालो. माझे नेत्र शुद्ध करा.
- तुम्ही अखिल विश्वव्यापी आहात, त्याचे निर्देशन व नियमन करता, माझा कंठ शुद्ध करा.
- तुम्ही समंजस आहात, माझे हृदय शुद्ध करा.
- तुम्ही या विश्वाचे कारण आहात. माझे संपूर्ण शरीर शुद्ध करा.
- तुम्ही सर्वांचा आधार आहात, माझे चरण शुद्ध करा.

- तुम्ही सर्व सत्य आहात, माझे मस्तक पुन्हा शुद्ध करा.
- तुम्ही सर्वव्यापी आहात, माझे सर्व शरीर शुद्ध करा.

नकारात्मक

- मी या विश्वापासून विभक्त नाही.

बोधवचने

- मी या सर्वांचा आकर्षण बिंदू आहे. मी चुंबक आहे.
- मी स्वतः तारुण्य आणि सौंदर्याचे मूर्त स्वरुप आहे. मी स्वतः सौंदर्याचे मूलतत्त्व आहे.

नकारात्मक

- मृत्यु हा सृष्टीचा नियम नाही.

बोधवचने

- मी जीवन आहे. मी ते सर्जनशील तत्त्व आहे. उत्साही सुंदर, बलवान, श्रीमंत, सचेतन, उर्जा, जोर, जीवन, अमर जीवन मी आहे.
- मी आणि परमेश्वर एकच आहोत. मीच ते सर्जनशील तत्त्व आहे. मी अमर आहे.
- मी शाश्वत आहे. मी स्वतः अस्तित्वात आहे. मी सर्वत्र आहे.
- मी शक्ति, सौंदर्य, आरोग्य आणि आनंद यांच्यात रहातो.
- मी तरुण आहे. धाडसी – सुंदर – मी सदैव तरुण आहे.
- मी बलवान आहे. शाश्वत जीवन – तरुण – सुंदर – मी मुक्त आहे.
- मी आनंदी आहे. मी संतुष्ट आहे कारण म्हातारपण अस्तित्वात नाही. मला वृद्धत्व नाही. मी मुक्त आहे – मुक्त – मुक्त – सदैव मुक्त आहे.

नकारात्मक

- मला झीज, रोग, म्हातारपण, वार्धक्य नाही.

बोधवचने

- मी तरुण आहे. मी सदैव तरुण आहे – मी अमर आहे. जीवन, आरोग्य, सौंदर्य, आनंद आणि सत्य – तारुण्य तारुण्य तारुण्य.

प्रकरण चौविसावे

जागृति

गुरुंच्या मार्गदर्शनाखाली ब्रह्मविद्येमुळे मला 'जागृति' प्राप्त झाली. याचा अर्थ मला विचारांची नवी दिशा मिळाली. ही 'जागृति' अचानक झाली. अशी 'जागृति' होण्यासाठी तुम्ही काहीही करू शकत नाही. 'जागृति' म्हणजे नेमके काय ह्याबद्दलची कोणतीही सूचना तुम्हाला मिळत नाही. हे घडणार होतेच ते कसे घडणार किंवा केव्हा घडणार ते कोणत्या विलक्षण तऱ्हेने घडणार ह्याची कल्पना तुम्हाला आधी येत नाही.

मग ब्रह्मविद्येच्या या अभ्यासक्रमाची तुम्हाला कशी मदत होईल? तर तुमची आधीच बनलेली जुनी मते, कल्पना तुमच्या आणि स्वतःच्या व सांघिक समजुती, मानसिक व भावनिक वृत्तिवर साठवलेल्या घातक समजुती बाहेर घालवून टाकण्यास यामुळे तुम्हाला मदत होईल, असे नवे ज्ञान व समज तुम्हाला मिळतील. या अभ्यासक्रमाचा सराव केल्यामुळे तुमच्यात जागृति होते म्हणजे ज्ञानाच्या प्रकाशाचा प्रवेश त्या अज्ञानरुपी अंधःकारात झाल्यामुळे तुम्ही तुमच्या पूर्वीच्या संभ्रमातून मुक्त व्हाल. ह्या सर्वांमुळे 'जागृति' च्या दिशेने तुमची प्रगति करण्यासाठी एक नियमबद्ध व व्यवस्थित असा मार्ग तुम्हाला सापडेल. तुम्ही जे काही आहात ते संपूर्णपणे तुमच्यावरच अवलंबून आहे. हे सत्य तुम्हाला उमगते. त्यामुळे तुम्ही प्रगतीच्या टप्प्यावर येता की त्या टप्प्यावर तुम्ही एकात्मकता अनुभवू शकता आणि तुम्ही काय आहात याचा पुनःप्रत्यय तुम्हाला येतो.

हे घडून येण्याच्या क्षणापर्यंत तुमच्या कर्माच्या चक्राप्रमाणे सतत परत परत वेगवेगळे जन्म घेऊन मानसिक, भावनिक स्तरावरील साठलेल्या घातक कल्पना आणि समजूतिंच्या प्रमाणेच तुमची स्वप्नाळू स्थिती तशीच चालू राहते.

जगाचा अनुभव किंवा अधिक अचूक शब्दात सांगायचे झाले तर एखाद्या व्यक्तिला ज्या तऱ्हेने जीवनाचा अनुभव येतो तसाच अनुभव जगाला येतो असे त्या व्यक्तिला वाटते.

माझ्या जागृतिच्या प्रक्रियेच्या वेळी मलाही असेच वाटले. मला चक्राच्या संबंधीत

जीवांची क्रर्माच्या चक्रावरील कर्मगति.

विशिष्ट अशा एका प्रक्रियेतून जावे लागले. ज्यामुळे एक अगदी नवीन जाणीव हळूहळू जागृत होऊ लागली. त्यामुळे विचार करण्याच्या माझ्या पद्धतीत आणि माझ्या व्यक्तिमत्वात फरक झाला. जवळ जवळ आठ वर्षे जणू माझ्या आयुष्याचा एक अविभाज्य भागच बनला. हा एक माझ्या जाणीवेत झालेला बदल होता, कि ज्यामध्ये जाणीव व विचार हे वेगळे झाले; एखाद्या विचाराशी किंवा परिस्थितीशी समरस होणे किंवा न होणे याबद्दलची माझी जाणीव जागृत झाली अशा तऱ्हेने तुम्ही तुमच्या विचाराबद्दल जागरूक होता आणि त्यामध्ये गुरफटून किंवा गुंतून न जाता जाणीवपूर्वक तुम्ही त्याच्यावर ताबा मिळवू शकता. शंका काढणे, प्रश्न विचारणे हे आता, आपल्या पूर्वसूरींनी दिलेल्या श्रद्धा, पौराणिक कथा व त्यातील प्रतीके यांच्यातील गूढ अर्थाशी संबंधित झाले आहे.

पुढील काळातील जाणिवेचे योग्य भान ठेवून, मानवाच्या प्रतिभेमध्ये होणाऱ्या प्रगल्भतेला अनुसरून वेगवेगळे मार्ग अवलंबून हे ज्ञान देण्याच्या अनेक पद्धति ऋषीमुनींनी शोधून काढल्या. काहींनी आपल्या स्वतःच्या वैयक्तिक ईश्वरभक्ति आणि पूजाअर्चा करण्याच्या मार्गाने, काहींनी आपल्या पूर्वीच्या चाकोरीतून बाहेर पडून मंत्र पठणाने त्या निराकार सत्याची उणीव भरुन काढली. त्यांना "अद्वैत" तत्त्वाची शिकवण किंवा 'जाणीवेचा एकच प्रवाह' याची शिकवण दिली. ज्यांची ही जाणीव कमी प्रमाणात

प्रगल्भ झाली होती. त्यांना हे ज्ञान गोष्टीरुपाने दिले आणि ज्यांची जाणीव यापेक्षा जरा जास्त प्रगल्भ होती त्यांना कडक नियम आणि थोडी भिती वाटेल अशी पद्धती शोधली ज्यामुळे हळूहळू त्यांची जाणीव त्या विशिष्ट पातळीपर्यंत वृद्धिंगत होईल.

पुढे अशी वेळ आली कि त्यांची ही दृष्टी फलदायी ठरली. आता लोकांनी जुन्या समजूति व कथा यांच्यावर अंधपणे विश्वास ठेवणे बंद केले. आता त्यांच्या शंका नविन ज्ञानाला अनुलक्षून असू लागल्या. अशा तऱ्हेने स्वतःच्या आणि मीपणावर आधारीत त्यांच्या स्वभावाचा वेगळा अनुभव त्यांना येऊ लागला.

नव्याने आपल्याला कळलेली विचारांच्या पुढे जाण्याची आपल्यातील क्षमता आणि आपल्यातील विचारांच्या पुढे जाणारा एक आयाम येथून पुढे आपली ओळख, आपल्या समजूति, पद्धति, बंधनकारक वागणूकीच्या सामुदाईक समजूती यावरुन न ठरवण्याचे स्वातंत्र्य देतो. आपल्याला हे समजण्यास सुरवात होते कि – "मी, मी मी" असे जे म्हणले जाते त्याचा अर्थ म्हणजे 'मी कोण आहे' असा होत नाही. मग प्रश्न असा पडतो कि 'मी कोण आहे?" याचे उत्तर असे कि "मी ती जाणीव आहे की जिला माहीत आहे कि हा विचार उत्पन्न झाला" आणि या जाणीवेत कोणताही विचार, भावना किंवा प्रतिक्रिया उत्पन्न झाली तरी ती या जाणीवेतून आणि समजातून पारखली जाते. त्यावेळी त्या प्रतिक्रियेचे रुपांतर प्रतिसादात आणि रागाचे रुपांतर समजूतदारपणात होईल. ती जाणीव तटस्थ निरीक्षक म्हणून पार्श्वभूमीवर राहिल. जेव्हा हे घडेल तेव्हा तुम्ही दुर्लक्षिलेले मन आणि प्रत्येक शब्द आणि क्रिया यांचा परिणाम म्हणून जाणीव असणारी एक घटना त्यानंतर होणाऱ्या परिणामाच्या पूर्ण जाणीवेत होईल आणि यानंतर शांती व आनंद याचा खरा अर्थ तुम्हाला उमगेल.

जाणीवेच्या या पातळीपर्यंत पोहचल्यावर सध्याच्या परिस्थितीशी कशा प्रकारे संबंध ठेवायचा हे आपण निश्चितपणे ठरवू शकतो. हे एकदा ठरले कि त्याप्रमाणे आपले पहिले पाऊल टाकल्यावर लगेचच त्याचा परिणाम आपण अनुभवू शकतो आणि त्या परिणामामुळे आयुष्य सुखकारक बनते, लोक जास्त मदत करू लागतात आणि आपली सद्यः वस्तुस्थिती बदलण्यास जाणीवपूर्वक घेतलेला एक निर्णय पुरेसा होतो.

संदर्भिय पुस्तके

A New Earth – Eckhart Tolle

Brahma Vidya – Initiate Group Course – Swami K. S. Ramanathan

Breath: The Flywheel of Life – Edwin J. Dingle

Concentration and Meditation – Swami Sivananda

I Can Do It – Louise L. Hay

Kundalini, Evolution and Enlightenment – John White

Kundalini Tantra – Swami Satyananda Saraswati

Inner Network Newsletter, Synchronicity Foundation – Master Charles

Meditation and Its Practice – Swami Rama

Meditation: The Art of Ecstasy – Osho

My Life in Tibet – Edwin J. Dingle

Nawa Yogini Tantra, Yoga for Women – Swami Muktananda

Prana, Pranayama, Prana Vidya – Swami Niranjanananda Saraswati

The Chakras – C. W. Leadbeater

The Chakras & Esoteric Healing – Zachary F. Landsdowne

The Miracle of the Breath – Andy Caponigro

The Monk Who Sold His Ferrari – Robin Sharma

The Saint, The Surfer and The CEO – Robin Sharma

The Second Dawn: Revival of Shaktipat Knowledge – Swami Shivom Tirth

Illustrations taken from *The Kundalini Trilogy* – Santosh Sachdeva, are reproduced here in black and white. For actual colour illustrations, you will need to refer to the books in *The Kundalini Trilogy*.

अनेक वेळा विचारण्यात येणारे प्रश्न

सामान्य प्रश्न

शिकवलेला क्रम बदलून श्वसन प्रकार मी करू शकते का ?

श्वसनाचे प्रकार हे क्रम बदलून कसेही केलेले चालणार नाहीत. जर तुम्ही तसे केलेत तर तुमच्या मानसिक, भावनिक व शारीरिक स्थितीमध्ये विस्कळीतपणा जाणवेल. हे श्वसन प्रकार अशा तऱ्हेने बेतले आहेत की त्यामुळे एका विशिष्ट प्रकारे व सावकाशपणे चक्रे जागृत / प्रभावित होतील. त्यामुळे शक्तिचे वहन अडथळारहीत होईल. म्हणून पुस्तकात दिलेल्या सूचनाप्रमाणेच सराव करा.

मी प्रत्येक श्वसन प्रकार सात-सात वेळा करण्याऐवजी तीन-चार वेळा केला तर चालेल का ?

होय. सरावाची सुरवात करताना तुम्ही प्रत्येक श्वसन प्रकार तीन-चार वेळा करू शकता. असा सल्ला दिला आहे कारण कि हे सगळे श्वसन प्रकार अत्यंत शक्तिशाली आहेत. जर तुमचे शरीर मजबूत आणि शक्तिशाली नसेल तर तुम्ही अचानक येणाऱ्या शक्तिचा प्रवाह झेलू शकत नाही. हे तुमच्या मानसिक भावनात्मक आणि शारीरिक आरोग्यासाठी हानीकारक होऊ शकते. म्हणून तुम्ही तुमचा अभ्यास हळूहळू करत पुढे जा. नंतर ह्याची सवय झाल्यावर मात्र प्रत्येक श्वसन प्रकार सात-सात वेळा करणे आवश्यक आहे. (पहिला प्रकार ४९ वेळा करणे आवश्यक आहे.)

मी सकाळी चार प्रकार व उरलेले चार प्रकार. संध्याकाळी केले तर चालेल का ?

होय. तुम्ही तुमची तशी इच्छा असेल तर ते करू शकता. पण होणारा परिणाम (फायदा) सारखा असणार नाही. जर शक्ति (उर्जा) उद्दीप्त झाली किंवा उर्जेचा प्रवाह तुम्हाला शरीरात जाणवू लागला तर आठही श्वसन प्रकार एकाच वेळी बोधवचनासहित

करणे फायद्याचे आहे. हा प्रश्न तुम्ही विचारत आहात याचे कारण सरावानंतर तुम्हाला दमल्यासारखे वाटत असेल तर त्याचा अर्थ प्रत्येक श्वसन प्रकार करताना तुम्ही बराच वेळ घेत असाल. तुम्ही प्रत्येक श्वसन प्रकाराला लागणारा वेळ अशा तऱ्हेने नियमित ठेवा की शेवटी तुम्हाला सुखकारक वाटले पाहिजे.

काही दिवशी मी श्वसन प्रकाराचा सराव सकाळी करतो व उरलेल्या दिवशी संध्याकाळी हे बरोबर आहे का ?

योग्य पद्धत म्हणजे हे श्वसन प्रकार सकाळी किंवा संध्याकाळी एका ठरलेल्या वेळे वर करायचे असतात. जर हे शक्य नसेल तर तुम्ही तुमचा सराव तुमच्या सोयीप्रमाणे करावा. जर तुम्ही तुमची जागा आणि वेळ ठरवली तर तुम्ही एका प्रकारचे कंपन त्या जागी निर्माण करू शकता. ज्यामुळे त्या जागेची ऊर्जा तुमच्या सरावात मदत करू शकते.

मी श्वसन प्रकार व ध्यान याचा सराव आठवडयातून दोन किंवा तीन वेळा म्हणजे ज्या वेळी वेळ मिळेल त्या वेळी फक्त केला तर चालेल का?

आठ अध्यात्मिक श्वसन प्रकार हे तुमच्या जीवनाचा एक अविभाज्य भाग झाला पाहिजे. श्वसन प्रकार व बोधवचने हा अभ्यासक्रम ही एक परिवर्तन घडवणारी प्रक्रिया आहे. जर तुम्हाला वेळा मिळत नसेल तर जोपर्यंत तुम्हाला नक्की काय करायचे आहे हे निश्चित नसेल तर जेव्हा तुम्हाला खात्रीशीर वेळ मिळेल तो पर्यंत तुम्ही साधना करू नये असा माझा तुम्हाला सल्ला आहे. तुटक तुटक साधना करण्यामुळे त्यापासून मिळणारे फायदे ही तसेच तुटक तुटक असतात.

श्वसनप्रकार करताना माझ्या असे लक्षांत आले आहे की काही वेळा श्वास लहान तर कधी लांब असे का होते?

श्वासाचे असे पृथ्थकरण करू नका. श्वासाला जसा वाहतो, कधी कमी तर कधी जास्त, तसा तो वाहू दे. तुमचे काम फक्त श्वसावर लक्ष ठेवणे एवढेच आहे. जर लक्ष इकडे तिकडे जात असेल तर ते परत श्वासावर केंद्रित करा. उर्जेला तिचे काम करू द्या.

दातांमधून शSSशSSS असा आवाज करत जोराने उछ्श्वास करण्यामागे काय उद्देश आहे? हे जरूरी आहे काय?

होय, श्वासाला जबरदस्तीने बाहेर काढणे, हे सर्व विषारी पदार्थ बाहेर टाकणे म्हणजे प्राण सर्व पेशीमध्ये प्रवेश करू शकतो तथापि, आपल्याला आपल्या विवेकबुद्धीचा वापर करावा आणि आपल्या सोयीच्या पातळीनुसार श्वासोच्छवास करायला लागेल.

श्वसन प्रकार करताना सतरंजी वापरली तर चालेल का ?

होय. नुसत्या जमिनीवर बसू किंवा उभे राहू नये. साधनेसाठी तुम्ही वापरत असलेले आसन फक्त साधनेसाठीच वापरावे. ध्यान झाल्यानंतर हे आसन घडी करुन व्यवस्थित ठेवावे. हे फारच महत्वाचे आहे कारण काही काळानंतर हे आसन तुमच्यातील लहरीमुळे भारले जाते व त्यामुळे तुमचे ध्यान उच्च पातळीपर्यंत पोहचते. त्यामुळे तुम्ही तुमचे ध्यान एका ठराविक ठिकाणी व ठराविक वेळीच करण्याचा सल्ला दिला जातो.

स्मरणवर्धक श्वसन प्रकार

स्मरणवर्धक श्वसन प्रकारामध्ये इतर श्वसन प्रकारापेक्षा जास्त अवर्तने का केली जाते ?

मेंदूमध्ये विचाराच्या रूपाने जास्त प्रमाणात जी उर्जा साठवली जाते तीचा निचरा होण्यासाठी या जास्त आवर्तनांची आवश्यकता असते. त्यामुळे तयार झालेली पोकळी बोधवचनामुळे तयार होणारे सकारात्मक विचार साठवण्यासाठी वापरली जाते. या प्रकाराने साधक श्वसनप्रकार करण्यास प्रारंभ करतो त्यासाठी ४९ आवर्तने कोरणे आवश्यक आहे.

उत्साहवर्धक श्वसन प्रकार

मी अलिकडेच श्वसन प्रकार करण्यास सुरूवात केली आहे. पहिले सहा प्रकार मी चांगल्या तऱ्हेने करू शकतो. पण सातवा श्वसनप्रकार मला अचूकपणे करता येत नाही. तरी पण मी तो करतो. त्यामुळे मला माझ्या दोन भुवयामध्ये जडपणा जाणवतो व थोडेसे दुखते. असे होण्याचे कारण श्वसन प्रकाराच्या कृतीत चूक होते हे आहे का?

तुम्ही हा सातवा श्वसन प्रकार सध्या करू नका. श्वसन प्रकार काही दिवस करू नका जोपर्यंत तुम्हाला हा त्रास होतो. हा त्रास थांबला की तुम्ही परत श्वसन प्रकारांचा सराव करण्यास सुरूवात करा. पहिले सहा श्वसन प्रकार करा. सातव्या प्रकाराची फक्त बोधवचने म्हणा. हे श्वसन प्रकार करण्यास अगदी सोपे वाटतात. पण यातील श्वास घेण्याचे व सोडण्याचे तंत्र फार महत्वाचे आहे. त्यासाठीच प्रत्येक श्वसन प्रकारामध्ये श्वासाबद्दलच्या सूचना परत परत दिल्या आहेत.

सूचना - वरील दिलेले स्पष्टीकरण हे कोणताही श्वसन प्रकार करताना येणाऱ्या अशा अडचणी संबंधीही लागू पडते.

चैत्यन्यदायक श्वसन प्रकार

मी अलिकडेच 'अध्यात्मिक आठ श्वसन प्रकार' करण्यास सुरवात केली आहे. स्मरणवर्धक श्वसन ४९ वेळा केल्यावर लगेचच मी दुसरा चैत्यन्यदायक श्वसन प्रकार करण्यास सुरूवात केली. मी एक दिर्घ श्वास घेतला व आवश्यक तेवढा वेळ धरून ठेवला. परंतु मला एकदम चक्कर आल्यासारखे वाटू लागले. मी त्यात काही चुकीचे केले वेगळे होते का ?

या पुस्तकात प्रत्येक श्वसन प्रकारापूर्वी वारंवार ही सुचना दिलेली आहे ती साधकाने लक्षपूर्वक पाळावी. स्मरणवर्धक प्रकार ४९ वेळा केल्यावर मेंदू पूर्णपणे प्राणवायूने व उर्जेने भरतो. या नवीन जास्त उर्जेला सामावून घेण्यासाठी काही अवधी मिळावा म्हणून बोधवचन म्हणणे आवश्यक आहे. नंतरच आपण दुसरा श्वसन प्रकार करण्यास सज्ज होतो. नवशिक्या साधकाने या शक्तिशाली श्वसन प्रकाराने वाढलेल्या उर्जेला आपल्या शरीरात सामावून घेण्यासाठी काही अवधी दिला नाही तर काही वेळा साधकाला अस्वस्थ वाटू लागते. तुमच्या बाबतीत हेच घडले असावे कि पहिला श्वसन प्रकार केल्यावर लगेचच पुढच्या श्वसन प्रकाराला तुम्ही सुरवात केल्यामुळे मेंदूतील उर्जेचा निचरा एकदम मूलाधार चक्राकडे झाल्यामुळे शरीराला ह्या बदलाशी मिळवून घेण्यास वेळ न मिळाल्यामुळे तुम्हाला चक्कर आली. कृपया सूचना पाळा आणि हळूहळू आवर्तने वाढवा. ही वाढीव संख्या तुमच्या क्षमतेप्रमाणे वाढवा.

प्रेरणादायक श्वसन प्रकार

हा श्वसन प्रकार करताना मी असे ठरवले कि हाताचे पंजे वर छतालाक्समांतर करायचे आणि कोपरापासून हातवर घेऊन डोक्यावर जुळवायचे तथापि मला हे माहित आहे कि ह्याप्रमाणे या पाठ्यपुस्तकांत दाखवलेले नाही. मला हे योग्य वाटते आणि या प्रकारात मला हा आवडणारा बदल मी करू शकतो का ?

कृपया या पाठ्यपुस्तकात दिलेल्या सूचनाप्रमाणेच कृति करा. या पध्दतीमध्येच बदल करणे तुम्हाला नुकसानकारक ठरू शकते. हा **'आठ अध्यात्मिक श्वसन प्रकाराचा व्यायाम'** अधोगामी उर्जा वहनावर बेतलेला आहे. पहिल्या पाच प्रकारांची योजना सूक्ष्म शरीरांत साठलेली विषारी द्रव्ये सूक्ष्म शरीराबाहेर टाकण्याच्या उद्देशाने बेतलेले आहेत व ही क्रिया पुढील उर्वरित तीन श्वसन प्रकाराने उर्ध्वगामी शक्ति कार्यरत होण्याआधी **आज्ञा, विशुध्दी व अनाहत** ही तीन चक्रे पूर्णपणे संतुलीत व्हावी यासाठी आहेत.

पाठ्यपुस्तकात दाखवलेल्या क्रमांत बदल केल्यास मानसिक, भावनिक व शारीरिक असंतुलन झाल्याने त्रास होण्याची शक्यता आहे. म्हणून प्रत्येक श्वसन प्रकाराच्या आधी दिलेल्या सूचनांचे पालन करा. ह्या सूचना तुमच्या अर्धजागृत मनाने अशा तऱ्हेने स्वीकारल्या पाहिजेत कि तुमच्या स्मरणशक्तिचा त्या एक भाग बनून सरावाच्या वेळी त्या तुम्हाला सहजपणे आठवतील.

शुध्दिकारक श्वसन प्रकार

शुध्दिकारक श्वसनाच्या बोधवचनात असे म्हटले आहे कि 'ज्यावेळी तुम्ही बोधवचन म्हणता त्यावेळी अग्नी मज्जारज्जूच्या मूळापासून निघून वरवर जाऊ लागतो व नंतर पुढे तो शरीराबाहेर परसतो' ही कृति कशी करायची ?

या श्वसन प्रकाराची सात आवर्तने झाल्यावर तुमच्या हातांचा ओंजळीसारखा आकार करून मूलाधार चक्राच्या ओळीत पुढच्या बाजूला असा धरा कि ही जास्त झालेली उर्जा तुम्ही ओंजळीत साठवत आहात. नंतर ही उर्जा तुम्ही वरवर उचलत आहात व शरीराच्या सर्व बाजूला उधळत आहात. ही क्रिया तुम्ही स्वाधीष्ठान, मणीपूर, अनाहत, विशुध्दी व आज्ञा चक्रांच्या पातळीतही करा आणि सहस्त्राहार चक्राच्या बाजूला वर उधळा. ही क्रिया करण्याचे कारण जास्तीची उर्जा सर्वत्र पसरवल्यामुळे कोणत्याहि चक्रामध्ये अडथळा उत्पन्न न होता अस्वस्थता जाणावणार नाही.

तारूण्यावर्धक श्वसन प्रकार

मी अलिकडेच श्वसनप्रकार करण्यास प्रारंभ केला आहे. मी पहिले सहा प्रकार व्यवस्थित करू शकतो. तरीपण सातवा श्वसनप्रकार बीनचूक करू शकत नाही. माझ्या दोन भुवयांमध्ये मला जडपणा जाणवतो आणि थोडेसे दुखते. हे चुकीच्या कृति करण्यामुळे होते कां ?

कृपया आत्ताच सातवा प्रकार करू नका. काही थोड्या दिवसांपर्यंत श्वसन प्रकार करण्याचे थांबवा, जोपर्यंत तुम्हाला सुखकारक वाटत नाही तोपर्यंत. हे झाल्यावर तुम्ही तुमची साधना चालू करा. फक्त पहिले सहा प्रकार करा आणि बोधवचने म्हणण्याचे चालू ठेवा. हे श्वसनप्रकार करण्यास सोपे व साधे वाटत असले तरी हे एक श्वासोच्छ्वासाचे (श्वास आत घेणे व बाहेर सोडणे) विशिष्ट तंत्र आहे. ते महत्त्वाचे आहे. याच कारणास्तव प्रत्येक श्वसन प्रकारामध्ये वारंवार सूचना दिल्या जातात.

बोधवचने

मी बोधवचने पाठ करू शकत नसेल तर ?

प्रत्येक श्वसन प्रकारासाठी बोधवचन म्हणणे हा महत्त्वाचा (अविभाज्य) भाग आहे. प्रथम श्वसन प्रकाराची सर्व आतर्वने पुरी झाल्यावर साधकाने एका जागी बसून (स्वतःला) ऐकू येतील येवढ्या हलक्या आवाजात रेकॉर्ड करून ती ऐकावी व ती ऐकताना त्या बोधवचनातील शब्द व भावना समजून घ्यावी. उदा. जेव्हा तुम्ही म्हणता "मी पूर्ण आहे" त्यावेळी त्या शब्दांतून / उच्चारातून शब्दातील भावना प्रकट झाली पाहिजे. कृती करून हाताने संपूर्ण वर्तुळ दाखववावे. बोधवचन म्हणताना ते पूर्ण जोशयुक्त भावना व समज यांनी भरलेले असावे. एकदा का तुम्ही श्वसन प्रकाराशी व त्यातील आशयाशी एकरूप झालात कि तुम्हाला असा सल्ला देण्यात येतो कि प्रत्येक श्वसन प्रकाराचे बोधवचन पाठ करणे आवश्यक आहे. ज्या वेळी हे पाठ करून स्वतःला ऐकू येईल अशा आवाजात श्वसन प्रकारानंतर म्हणावे. हे एकदा जमले कि ते बोधवचन मनात बिंबवले पाहिजे. प्रत्येक श्वसन प्रकारानंतर मनातल्या मनात ते म्हटले पाहिजे. हीच पध्दत ध्यानाच्या बोधवचनांच्या बाबतीत – पुढे जेव्हा याचा विचार होईल त्यावेळी वापरावी लागेल.

मी आरशामध्ये "मी म्हातारा होत आहे." हे पाहतो, तरी सुध्दा एका बोधवचनामध्ये मी म्हणतो की कोठलिहि वस्तु नाश पावत नाही, आजारपण, म्हातारपण, वार्ध्यक्य, मृत्यु नाही" पण मला हे माहीत आहे कि मृत्यु आहे, म्हणजे याचा अर्थ मी खरे बोलत नाही असा होतो का ?

अगदी पहिल्याच बोधवचनांत हे सांगितलेले आहे कि "या जगातील कोडे हे मीच आहे आणि मी आता ते सोडवत आहे" म्हणून याचे उत्तर याच बोधवचनात सामावलेले आहे आणि जेव्हा तुम्ही पहिल्या बोधवचनापासून ते शेवटच्या बोधवचनापर्यंत जागरुकतेने, भावनेने आणि समजून उमजून म्हणता त्यावेळी याचे उत्तर तुम्हाला आपोआपच मिळेल. याचा समज तुम्हाला येतो कारण "तुमच्या बद्दलचे कोडे तुम्हीच सोडवता." अगदी पहिलेच बोधवचन त्याचे उत्तर देण्यास प्रारंभ करते पण याचे पूर्ण उत्तर तुम्ही ज्यावेळी हा संपूर्ण अभ्यासक्रम संपूर्ण कराल आणि त्यानंतर तुम्ही याचा सराव करत राहाल त्यावेळी मिळेल. हे सर्व तुमच्या प्रामाणिकपणा व तुमच्या अध्यात्मिक प्रगतिच्या एकनिष्ठतेच्या पातळीवर अवलंबून आहे.

(जास्त विस्तारित वर्णन आणि वारंवार विचारल्या जाणाऱ्या प्रश्नांची यादी www.eightspiritualbreaths.com यावर तुम्ही नोंदणी केल्यावर तुम्हाला मिळेल)

शब्दांचे अर्थ

ब्रह्मविद्या आपल्या स्वतः बद्दलचे ज्ञान.

ब्रह्म परमेश्वराचा अतीउच्च प्रकाराचा, व्यक्तिभावरहित परिपूर्ण अनुभव.

चक्र चाक, यौगिक वाङ्मयात जाणिवेची अनेक केंद्रे अदृश्य शरीरात असतात. बऱ्याच वेळा कमळाप्रमाणे दाखवतात.

हनुमान शक्तिवान आणि बुद्धिवंत वानरांचा देव, रामाचा मुख्य भक्त.

ईडा शरीरातील दोन मुख्य नाड्यापैकी (चंद्र आणि डावी) एक. ज्यामधून कुंडलिनी शक्ति उर्ध्वगामी होते. सूक्ष्म शरीरात मज्जारज्जूच्या डाव्या बाजूला असणारी नाडी ज्यातून मानसिक शक्ति वाहते.

कर्म ईश्वरी न्यायाच्या पद्धतीप्रमाणे पाप व पुण्य यांच्या परिणामांना सामोरे जावे लागते. ह्या पुनर्जन्माच्या तत्त्वावर आधारलेली कल्पना.

कार्मिक कर्मावर व त्याच्या परिणामावर आधारलेली.

कुंडलिनी शरीरात मज्जारज्जूच्या मुळाशी सुप्तावस्थेत वेटोळे घातलेली स्त्रीरुपातील शक्तिशाली शक्ति.

महातत्त्व मुख्य तत्त्व.

महाप्राण मुख्य प्राण (जीवनशक्ति).

शब्दांचे अर्थ

मंत्र ॐ या अक्षराने शक्तिशाली बनवलेली आणि विशिष्ट पद्धतीने व गूढ प्रकाराने काटेकोरपणे केलेली अक्षरांची रचना, विचार, शक्ति व सूक्ष्म ध्वनीलहरी यांचा एकत्रित सूक्ष्म परिणाम होण्यासाठी मंत्राचे विज्ञान तयार केलेले असते.

नाद ध्वनि बहुधा वारंवार होणारा प्रतिध्वनी.

नाडी शक्तिचे वहन करणारी शरीरातील अदृष्य, शीर. मानवी शरीरातील असणाऱ्या एकूण ७२००० नाड्यापैकी १०० नाड्या मुख्य असतात. यापैकी तीन प्रमुख नाड्या पिंगला किंवा सूर्य नाडी, मज्जारज्जुच्या उजव्या बाजूला, ईडा किंवा चंद्रनाडी मज्जारज्जूच्या डाव्या बाजूला आणि सर्वात महत्त्वाची मध्य नाडी म्हणजे संतुलीत शक्तिची व अध्यात्मिक प्रगतीची द्योतक असलेली सुषुम्ना नाडी.

पिंगला शरीरातील दोन मुख्य नाड्यामधील एक (सूर्यनाडी आणि उजवीकडील) ज्या मधून कुंडलिनी शक्ति उर्ध्वगामी वहाते. सूक्ष्म शरीरात मज्जारज्जूच्या उजव्या बाजूला असणारी नाडी ज्यातून प्राणशक्ति वाहते.

प्राण सजीवातील श्वास जीच्यामुळे बनतो ती जीवनशक्ति किंवा उर्जा.

प्राणायाम प्राणावर प्रभुत्त्व मिळविण्यासाठी श्वासावर नियंत्रण ठेवता येण्यासाठी केलेला योगामधील व्यायाम प्रकार.

प्राणिक प्राणासंबंधी.

साधना ध्यान धारणा व संन्यस्तवृत्तिने तसेच समर्पित भावनेने अध्यात्मिक मार्गावर केलेली कृति.

शिव विनाश करणारा अर्धनारी नटेश्वर त्रिमूर्तिपैकी हिंदू धर्मातील देव.

शिवमंत्र 'ओम नमः शिवाय' शिवभक्त जपत असलेला मुख्य मंत्र.

सुषुम्ना मुलाधार चक्रापासून सहस्त्रार चक्रापर्यंत उर्जा वहाते ती नाडी.

तांत्रिक तंत्रविद्येची साधना करणारा.

तत्त्व शब्दशः अर्थ "मूळ गाभा" म्हणजेच तत्त्व.

संतोष सचदेवा यांच्या बद्दलची माहिती हवी असल्यास www.santoshsachdeva.com येथे संपर्क साधावा.

लेखिकेचा ईमेल संपर्कः
mails@santoshsachdeva.com

जास्त माहितीसाठी संपर्कः
योगी इम्प्रेशनस् एलएलपी
१७११, सेंटर - १, वर्ल्ड ट्रेड सेंटर,
कफ परेड, मुंबई - ४०० ००५, भारत.

आमच्या वेबसाईट वरील मेलींग लिस्ट फॉर्म भरा
आणि ईमेल द्वारे पुस्तके, लेखक,
वगैरेबद्दल माहिती मिळवा.
संपर्कः www.yogiimpressions.com

दूरध्वनीः (०२२) २२१५०२०७, २२१५५०३६
ई-मेलः yogi@yogiimpressions.com

फेसबुकवर संपर्क कराः
www.facebook.com/yogiimpressions

इंस्टाग्रामवर संपर्क कराः
www.instagram.com/yogi_impressions

योगी इंप्रेशन्स्ने प्रसिद्ध केलेली संतोष सचदेवा यांची इतर पुस्तके

"दि कुंडलिनी ट्रीऑलॉजी" ह्या पूर्वी प्रसिद्ध झालेल्या पुस्तकाच्या वाचकांच्या अनुभवाप्रमाणे त्यांत प्रसिद्ध झालेल्या चित्रांच्या नुसत्या निरीक्षणामुळे त्यांची कुंडलिनी शक्ति जागृत झाल्याची जाणीव त्याना झाली. आणि त्या चित्रांचा गुरू सदृष्य परिणाम जाणवल्यामुळे त्या साधकांची आध्यात्म मार्गातील प्रगति होण्यास मदत झाली. त्यामुळे या सर्व चित्रांचे पूर्वीच्याच रूपात जसे संतोष यांनी पाहिले होते आणि चित्रीत केले होते तसे एकत्रित प्रकाशन करण्याचे ठरविले. हे साध्य करण्यासाठी "दि कुंडलिनी ट्रीऑलॉजी" या पुस्तकांतील लेखी नोंदी वगळण्यात आल्या. ती सर्व चित्रे त्या साधकांच्या उत्कृष्ट अध्यात्मिक ऊर्जेच्या स्पंदनाशी सुसंगत अशी आहेत.

आकारः 8.5" × 11" • रंगीत • आर्ट पेपर • हार्डबाउन्ड • सीमित संस्करण

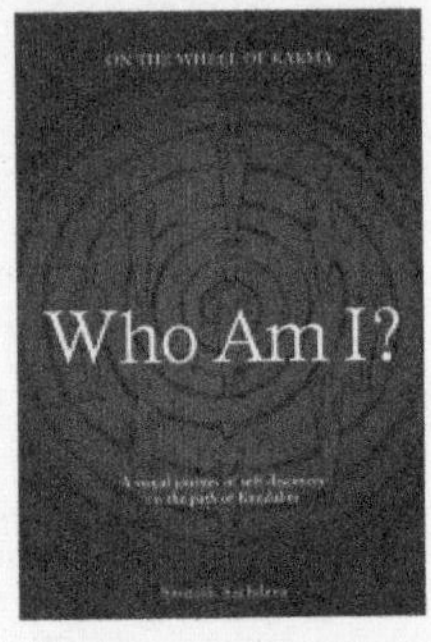

मराठी आणि हिंदी मध्ये उपलब्ध

मराठी आणि हिंदी मध्ये उपलब्ध

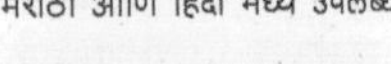

मराठी आणि हिंदी मध्ये उपलब्ध

इंग्रजी आणि हिंदी मध्ये उपलब्ध

गुजराती मध्ये उपलब्ध

द कुंडलिनी प्रिन्ट्स

संतोष सचदेवा यांनी "दि कुंडलिनी ट्रीऑलॉजी" या पुस्तकातील अशी निवडक रंगीत चित्रे – ज्या मुळे कुंडलिनी जागृती होताना दिसणारे प्रगतिचे टप्पे लक्षात येतील.

आकारः १०" × १२"

yogiimpressions.com वर उपलब्ध.